வார்ப்புற காலம்

கரிகாலன்

வேரல்
புக்ஸ்

வேரல்
புக்ஸ்

வேரல் புக்ஸ் வெளியீட்டு எண்: 61

வளர்பிறை காலம் * கரிகாலன்© * கட்டுரைகள் *
முதல் பதிப்பு: ஏப்ரல் 2023 * பக்கங்கள்: 194 *
வேரல் புக்ஸ் * 6, இரண்டாவது தளம், காவேரி தெரு, சாலிகிராமம்,
சென்னை – 600093 * மின்னஞ்சல்: veralbooks2021@gmail.com *
தொலைபேசி: 9578764322 * அட்டைவடிமைப்பு: லார்க் பாஸ்கரன் *
லேஅவுட்: சந்தோஷ் கொளஞ்சி

Valarpirai Kalam * Karikalan© * Essays *
First Editon: April 2023 * Pages: 194 *
Veral Books * No: 6, 2nd Floor, Kaveri Street, Saligramam, Chennai
– 600093 * Email ID: veralbooks2021@gmail.com *
Phone: 9578764322 * Wrapper Designed by: Lark Bhaskaran *
Layout Designed by: Santhosh kolanji

Rs. 240

ISBN: 978-81-960620-5-7

'நீங்கள் செய்யும் தர்மம் உங்கள் செல்வத்தைக் குறைத்து விடாது!' எனும் நபிகள் வழியில் பயணிக்கும் அன்புச் சகோதரர் அஹமது கபீர் அவர்களின் கருணை உள்ளத்துக்கு.

நன்றி

முகமது ரஃபீக்
அப்துல் சத்தார்
முகமது ராஸ்மி
நிஷா மன்சூர்
முஜீப் ரஹ்மான்
கே.முகம்மது ரியாஸ்
முகமது சர்தார்
பி.எம். அப்துல் அஜீஸ் வாஹிதி
பாலைவன லாந்தர்
ரமீஸ் பிலாலி
மொய்தீன் பிச்சை
நினைவில் வாழும்
மொஹைதீன் தமிழ் தும்பி
ராஜ்கிரண்
அஹ்மது ஸாலிஹ் ஃபஹீம்

பூர்ணிமை

இந்த ரமலான் காலத்தில் நட்சத்திர விடுதி ஒன்றில் தங்கியிருந்தேன். விடியற்காலை அறையைக் காலி செய்து சாவி கொடுக்க வந்தேன். மேலாளர் ஓர் இசுலாமிய இளைஞர்.

அந்நேரத்தில் சாப்பிட்டுக் கொண்டிருந்தார்.

கனிவான முகம். 'காத்திருக்கிறேன் சாப்பிட்டு வாங்க!' என்றேன்.

கைகழுவி வந்தவர் கணக்கை முடித்து உதவினார். அல்லாஹ் இந்த இளைஞனின் பாதையில் ஒளியேற்ற வேண்டுமென எண்ணிக் கொண்டேன்.

இப்பருவம் விசேஷமானது. குரான் அருளப்பட்ட காலம். ஆதாமின் பிள்ளைகள் சாத்தான் வழி சென்றுவிடக் கூடாதே! என புலனடக்கி வாழும் காலம்.

கடவுள் தன் பிள்ளைகளை பசி கிடக்க, தாகித்திருக்க விரும்புவதில்லை. ஆனாலும் மனித மனம் பழிபாவங்களுக்கு அஞ்சுவது. அதிலிருந்து தன்னை எப்படியாவது காத்துக் கொள்ள விரும்புகிறது.

இதன் பொருட்டே நோன்பிருப்பதும். சொர்க்கத்தின் வாசல் திறந்திருக்கும் பருவமிது. சாத்தான்கள் கை விலங்கிடப்பட்ட காலமிது. இந்தப் பருவம் அமைதியும் சமாதானமும் நிரம்பியது.

நெற்றித் தழும்பேறத் தொழுது நாளும் அல்லாஹ்ஹின் நாமம் உரைத்து, கனிந்திருக்கும் இசுலாமியர்களிடம் நபிகள், 'உங்களை யாராவது தாக்க வந்தாலும் பதற்றமடையாதீர்கள். நாங்கள் நோன்பிருப்பவர்கள்!' என சாந்தம் பழக்குகிறார்.

உலகத்தின் அத்தனை அழிவுச் சாதனங்களையும் வைத்திருக்கும் அமெரிக்காவும், வன்முறையையும், ஃபாஸிஸத்தையும் வழிமுறையாகக் கொண்ட சங்பரிவார் கூட்டமும் இவர்களைத்தான் வன்முறையாளர்களாகச் சித்தரிக்கிறது. நமது சினிமாவும் சீரியலும் இவர்களைத்தான் வில்லன்களாகக் காட்டித் தொலைக்கிறது.

இஸ்லாம் ஒரு மார்க்கம்.

தேசத்தால் இவர்கள் இந்தியர்கள்.

நமது கங்கைக்கும் காவிரிக்கும் சொந்தக்காரர்கள். இஸ்லாம் அந்நிய மண்ணிலிருந்து வந்த மார்க்கம் என்கிறார்கள். அப்படிப் பார்த்தால், சங்பரிவார்களின் இன ஃபாசிசமும், துவேஷமும் வெளியிலிருந்து வந்தவைதாம். உருவ வழிபாட்டை மறுத்த பௌத்தமும் சமணமுமே நம் இந்திய மரபு. அந்த வகையில் இஸ்லாம் இந்தியாவுக்கு நெருக்கமான மார்க்கமாகவே இருக்கிறது.

காஷ்மீர், சிஏஏ, என்.பி.ஆர், என்.ஆர்.சி, முத்தலாக், பாப்ரி மஜீத், மாட்டிறைச்சி கொலைகள் என இந்திய இசுலாம் சமூகத்தின் காயங்கள், வரலாற்றின் அழியாத் தழும்புகளாக இருக்கின்றன.

இந்த வலதுசாரி ஃபாசிசப் போக்கு நிச்சயம் முடிவுக்கு வரும். ஏனென்றால் இது வெறும் சங்பரிவார்களின் இந்தியா மட்டுமில்லை. இது புத்தரும், மகாவீரரும், காந்தியும், நேருவும் உருவாக்கிய இந்தியா.

இதன் சுதந்திரப் போரில் முஸ்லீம்களின் வாளும் ரத்தமும் இருந்திருக்கிறது.

'இந்திய விடுதலைக்காகச் சிறை சென்றவர்களிலும், உயிர் நீத்தவர்களிலும் இஸ்லாமியர் அதிகமாகவே இருந்தனர். அவர்களது மக்கள் தொகை விகிதாச்சாரத்தை விட விடுதலைப் போரில் மாண்டோர் எண்ணிக்கையின் விகிதாச்சாரம் அதிகமாகவே இருந்தது' என்கிறார் பிரபல பத்திரிகை ஆளுமையான குஷ்வந்த் சிங்.

வட இந்தியாவின் பாதி அழகுகள் அக்பரும் பாபரும் ஔரங்கசீப்பும் உருவாக்கியவை. இந்திய சினிமா, இந்திய இலக்கியம், இந்திய இசை, இந்திய மருத்துவம் என எல்லா தளங்களும் இஸ்லாமியப் பங்களிப்பால் முழுமை பெற்றவை.

யார் நம்மை சாதிகளாகப் பிளவு படுத்தினார்களோ, ஆண், பெண் என்று பாலால் பாகுபடுத்தினார்களோ, அவர்கள்தாம் இந்தியர்களை இந்துக்களென்றும் இஸ்லாமியரென்றும் கிறித்துவரென்றும் பிரித்து இணக்கம் குலைக்கிறார்கள்.

சங்பரிவார் கட்டமைக்க விரும்பும் இந்து, இந்தி , இந்தியாவில் இஸ்லாமியருக்கு மட்டுமில்லை, தலித்துக்கு, பிற்படுத்தப் பட்டவருக்கு, தமிழர்க்கு, மலையாளிக்கு, தெலுங்கருக்கு, கன்னடருக்கென யாருக்கும் சமத்துவமோ, விடுதலையோ இல்லை.

அதனால்தான் இது காஷ்மீர் பிரச்சனை, இது வடகிழக்கிந்தி முஸ்லீம் பிரச்சனை, இது முஸ்லீம் கல்யாண பிரச்சனை என நாம் ஒதுங்கிவிட முடியாது. குடியுரிமை பிரச்சனை முஸ்லீமுக்கு மட்டுமில்லை, ஈழத்தமிழ் அகதிகளுக்கும் எதிரானது. காஷ்மீர் சிறப்பு அந்தஸ்தைப் பறித்தவர்கள் நாளை இட ஒதுக்கீட்டை பறிக்கமாட்டார்கள் என்பது என்ன நிச்சயம்?

இதன் பொருட்டே வரவிருக்கும் ரமலான் பெருநாளுக்கு 'வளர்பிறை காலம்' நூலை வேரல் பதிப்பக வெளியீடாகக் கொண்டு வருகிறோம்.

இது இசுலாமியர்களின் அரசியலையும் அழகியலையும் உரையாடுகிற ஒரு நூல். இந்திய/ தமிழகக் கலை, இலக்கியப் புலத்தில் இசுலாமியப் பெருமக்கள் ஆற்றியிருக்கும் பங்களிப்பைப் பேசுகிற ஒரு நூல். இந்தியாவின் இணக்கத்துக்கான நம்பிக்கை ஒளி இந்நூல்.

புத்தனுக்கும், ஏசுவுக்கும் நபிகள் பெருமானுக்கும் இருந்தவை ஒத்த இதயங்கள். 'உம்முடைய உறவைத் துண்டித்து வாழ்பவனுடன் நீ சேர்ந்து வாழு. உமக்கு அநீதம் இழைத்தவனை மன்னித்து விடும்!' என்கிறார் நபிகள் நாயகம்.

இதைப் பின்பற்றியே இசுலாமியப் பெருமக்கள் தம் கண்ணீரைத் துடைத்துக் கொண்டு மௌனமாக இந்தியாவில் வாழ்ந்து கொண்டிருக்கிறார்கள்.

மதச்சார்பின்மையில் அக்கறை கொண்டவர்கள், சமாதானத்தில் விருப்பமுடையவர்கள், பன்மைத்துவத்தில் கரிசனம் கொள்பவர்கள், வேரலின் இம்முயற்சியை ஆதரிக்க வேண்டும்.

'வளர்பிறை காலம்' நம் முற்றத்தை ஒளியூட்ட வருகிறது. இந்த பிறைநிலா காலம் வளர்ந்து நம் தேசத்தில் பூர்ணிமை நிறையட்டும்!

உள்ளடக்கம்

1. டிசம்பர் 6! — 13
2. கருப்புநாள் — 15
3. டிசம்பர் உறுதி! — 18
4. அஞ்சலியும்! கண்டனமும்! — 21
5. காஷ்மீர், அடுத்தது என்ன? — 23
6. என்ன நடக்கிறது காஷ்மீரில்? — 25
7. குடியுரிமை சட்டத் திருத்த மசோதா மற்றும் தேசிய குடியுரிமைப் பதிவேடு குறித்த சில புரிதல்! — 27
8. இருட்டு அறையில்.. — 31
9. முத்தலாக் ஒழிப்பு - பிஜேபியின் பெண் பாசமா? — 35
10. முத்தலாக் - ஏன் எதிர்க்க வேண்டும்? — 37
11. 2019 தேர்தலில் வென்ற முஸ்லீம் வேட்பாளர்கள்! — 39
12. வைரஸுக்கு ஏது மதம்? — 41
13. பிஜேபி vs இசுலாமியர்கள் — 45
14. திராவிட இயக்கங்களும் இசுலாமியர்களும்! — 47
15. ஆம்ஆத்மியின் இசுலாம் பாசம்! — 49
16. பழிதுடைப்போம்! — 51
17. ஜாமியா - போராட்டமா? வன்முறையா? — 54
18. மதம் பிரிக்கிறது தமிழ் இணைக்கிறது! — 56
19. பன்மைச் சமூகமாக வாழ்வது. — 60

20.	தேவை - எல்லா கடவுளர்க்கும் சமத்துவ நீதி!	62
21.	'கஜினி முகம்மது - சோமநாதப் படையெடுப்பு - வரலாற்றின் பல குரல்கள்'	63
22.	ஆர்.எஸ்.எஸ் அபாயம்!	65
23.	இணங்கி வாழ்வது!	68
24.	நபிகள் பெருமானும், பெரியாரும்!	70
25.	பொங்கல் மதப்பண்டிகையா?	72
26.	மிலாடிநபி வாழ்த்து!	74
27.	ரமலான் சிந்தனை!	78
28.	ஈகைத் திருநாள் வாழ்த்து!	80
29.	மௌனத்தின் சாட்சியங்கள் நேயம் பழக்கும் பிரதி.	83
30.	மண்ட்டோ எனும் மகத்தான கதை சொல்லி!	86
31.	தோப்பில், ஞாபகங்கள்! (அஞ்சலிக் குறிப்பு)	89
32.	ஒரு பிறை நிலா	91
33.	அன்பின் பேரொளி!	93
34.	லவ் ஜிஹாத் (சூஃபியும் சுஜாதையும்)!	95
35.	நபிகள் புகழ் பேசும் 'சீறாப்புராணம்'	98
36.	பக்தி இலக்கிய வாசிப்பு!	101
37.	பெருவழி	104
38.	அன்பின் மாண்பும் மதவெறியின் கீழ்மையும்	107
39.	காசிம் புலவரின் திருப்புகழ்!	112
40.	தமிழுக்குத் தொண்டு செய்வோன்!	115
41.	பச்சைத் தமிழர்!	118
42.	ஒரு காதலன் பிறந்தான்!	121
43.	பிரியாணி (மலையாளம்) - அரைவேக்காடு!	125

44.	எஃப்.ஐ.ஆர் படம் பேசுவது இசுலாம் ஆதரவா? எதிர்ப்பா?	129
45.	தி காஷ்மீர் ஃபைல்ஸ் - சொல்ல மறந்த கதைகள்	132
46.	பஷீரோடு ஒரு காலைப்பொழுது! (பஷீரை நினைவு கொள்வது)	138
47.	பூக்களை மலர்த்துவது!	143
48.	தந்தைமை உணர்தல்!	147
49.	உள் பார்வை குருடாகலாமா?	150
50.	பாகிஸ்தான் தேசியகவி, இக்பால் பிறந்தார்!	154
51.	முதிர்கன்னிகளின் துயர்!	158
52.	கதை வளர்ந்த இரவுகள்!	162
53.	நாகூர் சலீம் எனும் கவி!	166
54.	ஒரு முனாஜாத் பாடல்!	170
55.	பச்சைநிற இரவு!	173
56.	நிஷா மன்சூர் எனும் கவி	176
57.	யாத்திரை	181
58.	தோஹா	183
59.	ஆண் முதன்மையைச் சிதைக்கும் கவிதைகள்	185
60.	அழகு ஃபாத்திமா - பிறைநாள் கீதம் (ஒரு மாப்பிளா பாடல்)	191

டிசம்பர் 6!

பாபர் மசூதி இடிக்கப்பட்டு கால் நூற்றாண்டுகளாகிவிட்டன. உ.பி மாநிலத்தை இந்து சாமியாரான யோகி ஆதித்யநாத் ஆள்கிற தருணமிது.

முட்டாள்தனமும் காட்டுமிராண்டி குணமும் உடைய இவரது ஆட்சியில் இந்து மதவெறி சக்திகள் நாளை என்ன செய்யுமோ? என்கிற பதற்ற நிலையை, நேற்றைய சம்பவம் உருவாக்கி இருக்கிறது.

உ.பியில் ஸயானா என்ற கிராமத்தில் நடந்த கலவரத்தில், திட்டமிட்டு காவல் துறை ஆய்வாளர் சுபோத் குமார் படுகொலை செய்யப்பட்டிருக்கிறார்.

கடந்த 2015 ஆம் ஆண்டு மாட்டிறைச்சி வைத்திருந்ததாக சங்பரிவார் கும்பலால் மிகவும் கொடூரமாகக் கொல்லப்பட்டவர் முகம்மது அக்லக். அவரது மகன் தானிஷும் இச்சம்பவத்தின்போது மிகக் கடுமையாகத் தாக்கப்பட்டார்.

இந்த வழக்கை விசாரித்தவர்தான் சுபோத் குமார். விசாரணையில் இவர்கள் வைத்திருந்தது பசு இறைச்சி அல்ல என்பது உறுதியானது.

குற்றவாளிகளுக்கு தண்டனை பெற்றுத் தருவதில் உறுதியாக இருந்தார் சு.குமார். இந்நிலையில்தான் சுபோத் குமார் கொலை செய்யப்பட்டுள்ளார்.

சங்பரிவார் கும்பல், தாமே பசுக்களைக் கொன்று, அதை இரவோடுஇரவாக ட்ரக்கில், சுபோத்குமார் பணிசெய்யும் சிங்க்ராவதி காவல் நிலையத்துக்கு எடுத்துச் சென்றது. காவல் நிலையத்தை முற்றுகையிட்டு செயற்கையாக கலவரத்தை ஏற்படுத்தியது!

கலவரத்தில் மறைந்திருந்த குண்டர்கள் சுபோத் குமாரை துப்பாக்கியால் சுட்டுக் கொன்றிருக்கின்றனர். இது ஆதித்யநாத் துணையின்றி சாத்தியமில்லை!

யோகி ஆதித்யநாத்தை ஊடகங்கள் ஏதோ கோமாளிபோல சித்தரிக்கின்றன!

இவர் கொடூரமனம் கொண்ட சாமியார்.

கும்பமேளாவுக்கு வரும் சாமியார்கள் கண்ணில் படக்கூடாதே என அத்தி மரங்களை வெட்டியவர். அத்திமரம் சகுனத் தடையாம். சாமியார்கள் தங்க லாட்ஜ் கிடைக்க வேண்டுமென்பதற்காக மூன்று மாதம் கல்யாணங்களுக்கு தடை விதித்திருக்கிறார்.

ஃபைசாபாத் மாவட்டத்தை அயோத்தியா என்றும், அலகாபாத் நகருக்கு 'பிரயாக் ராஜ்' என்றும் பெயர் மாற்றம் செய்து இசுலாமியர்களின் வரலாற்றை, பண்பாட்டை அழித்திருக்கிறார்.

இவர் இருக்கும் தைரியத்தில்தான மீண்டும் ராமர் கோவில் பிரச்சனையைக் கையில் எடுத்திருக்கிறது வி.ஹெச்.பி!

'இந்துக்களே ஒருங்கிணைவோம்!' என அறைகூவல் விடுத்து இசுலாமியரை பயமுறுத்துகிறது.

நாம் இந்தியர்களா? இந்துக்களா? என்பதை டிசம்பர் 6 இல் வெளிப்படுத்த வேண்டியிருக்கிறது!

திப்புசுல்தான், முகமது அலி ஜின்னா, அஸாருதீன், அமீர்கான், ஷாருக்கான், சானியா மிர்ஸா இந்தியர்களில்லையா?

இந்து ஃபாஸிஸத்துக்கு பலியாகாமல், காந்தியின் வாரிசுகளாகிய நாம், இந்தியர்களாய் இணைவோம்.

டிசம்பர் 6 இல் வன்முறையின்றி, இசுலாமியர்கள் இழந்த நீதிக்கு, துணை நிற்போம்!

கருப்பு நாள்

1992, டிசம்பர் 6 இல், பாபர் மசூதி இடிக்கப்பட்டது இந்தியாவின் மதச்சார்பின்மைக்கு விடுக்கப்பட்ட ஒரு மோசமான சவால் அது. அன்று இந்தியாவின் ஆன்மா இரண்டாகப் பிளவுண்டது. 'சுதந்திர இந்திய அரசில் இந்து அரசு என்பது இருக்காது' என்கிற காந்தியின் வாக்குறுதி முடிவுக்கு கொண்டுவரப்பட்ட நாள் அது.

இன்று நடந்தது போலவே, குஜராத் சோமநாதர் ஆலயம் புதுப்பிக்கப்பட்டபோது, அப்போதைய குடியரசுத் தலைவர் இராஜேந்திர பிரசாத்துக்கு அழைப்பு விடுக்கப்பட்டது.

பிரதமர் நேரு, ஒரு இந்து கோவில் நிகழ்வில், குடியரசுத்தலைவர் கலந்து கொள்வது சரியாக இருக்காது என எண்ணி தனது அதிருப்தியை வெளிப்படுத்தினார்.

மதச்சார்பின்மையை மீறி இன்றைய நிகழ்வில் கலந்து கொண்டதன் மூலம் அரசியல் சாசனத்தையும், இந்தியாவில் வாழும் பிற மதத்தவரின் பாதுகாப்புணர்வையும் பிரதமர் பலவீனப்படுத்தியுள்ளார்.

கடந்த ஆண்டு, இதே ஆகஸ்ட் 5 ஆம் தேதிதான் ஜம்மு — காஷ்மீரின் சிறப்பு அந்தஸ்து பறிக்கப்பட்டது. இந்துத்துவா கருப்பு வரலாற்றில் நாட்கள் மறந்துவிடக்கூடாது என்பதற்காக வேண்டி, அதே ஆகஸ்ட் 5 இல் ராமர் கோவிலுக்கும் அடிக்கல் நாட்டியிருக்கிறார்கள்.

'ஒவ்வொரு இதயமும் ஒளிர்கிறது. ஒட்டுமொத்த நாட்டிற்கும் இது உணர்வுபூர்வமான தருணம். ஒரு நீண்ட காத்திருப்பு இன்றுடன் முடிகிறது.' என இன்று தன் உரையில் குறிப்பிட்டிருக்கிறார் மோடி.

ஏதோ இந்தியாவே ராமனுக்கு கோவில் கட்டுவதற்காக தவம் கிடந்ததுபோல் பேசுகிறார். ஜாக்கிசான் ஹாலிவுட் படத்தை தமிழில் டப் செய்து சின்ன டவுனான விருத்தாசலத்திலும் வெளியிடுவதுபோல்தான், ராமன் கதை இந்தியாவில்

பரப்பப்பட்டது. அது ஹாலிவுட் வியாபாரம். இது ஆரிய வியாபாரம்! மற்றபடி ஜாக்கிசானுக்கும் நமக்கும் உள்ள தொடர்பு போன்றதுதான் ராமனுக்கும் நமக்கும் இடையே உள்ள சம்பந்தமும்!

தென்னிந்தியாவிலோ, வடகிழக்கு இந்தியாவிலோ, வடமேற்கு இந்தியாவிலோ ராமன் வழிபாடு என்பது எப்போதும் இருந்தது இல்லை.

'அனைத்தும் ராமருக்கு உரியது' என்கிறார் மோடி. ஜியோவெல்லாம் ராமனுக்கு உரியது என்றால், ராமனை சும்மா விடுவாரா அம்பானி?

'ராமர் அனைவருக்கும் உரியவர்!' என்கிறார் மோடி! சீதையை சந்தேகப்பட்டவனே ராமன். பெண்கள் அவனை ஏற்றுக் கொள்வார்களா? சம்புகனை கொன்றானே, ஒடுக்கப்பட்ட மக்கள் அவனை ஏற்றுக் கொள்வார்களா?

எங்கள் முப்பாட்டன் ராவணனைக் கொன்றானே,தமிழர்கள் ராமனை ஏற்றுக்கொள்வார்களா? பழங்குடிகளின் நிலத்தை ஆக்ரமித்தான் விசுவாமித்ரன். அவனுக்கு ஆதரவாக பழங்குடிகளை கொன்றான் ராமன், இந்தியப் பழங்குடிகள் ராமனை ஏற்றுக் கொள்வார்களா?

இந்தியாவிலே வாழும் கிறித்துவர்கள், இசுலாமியர்கள், பௌத்தர்கள், சமணர்கள் ராமனை ஏற்றுக்கொள்வார்களா?

பாபர் மசூதி இடத்தை பௌத்தர்களும் சமணர்களும்கூட சொந்தம் கொண்டாடுகிறார்கள். அதை எந்த ஒரு மதத்துக்கும் சொந்தமான இடமாகக்கூட கருத வேண்டாம். இந்தியாவின் பன்மைத் தன்மையின் அடையாளமாக பாதுகாத்திருக்கலாம் அல்லவா?

பல காலமாக ஒரு டெண்டில் தங்கி இருந்தாராம் ராம் லல்லா! கவலைப்படுகிறாரே மோடி. ராமனே டென்டில் தங்கினான் என்று இதுவரை பர்ணசாலையிலா தங்கினார் மோடி?

'500 ஆண்டு காலப் போராட்டம், ஜனநாயக வழியிலும், அரசமைப்புக்கு உட்பட்டும் முடிவுக்கு வந்திருக்கிறது!' என்கிறார் மோடி!

ஆனால் இன்று நடந்த எதுவுமே அரசியல் அமைப்பின்படி நடக்கவில்லை என்பதை நாம் பிரதமருக்கு தெரிவிக்க கடமைப்பட்டுள்ளோம். கடந்த ஆண்டு உச்சநீதிமன்றம் பாபர் மசூதி வழக்கில், பாபர் மசூதி இருந்த இடத்தில், ராமர் கோவிலை கட்டலாம் என்று தீர்ப்பு அளித்தாலும் கூட, பாபர் மசூதி இடித்ததை 'மிக மோசமான சட்டவிதி மீறல்' என்று கண்டித்திருக்கிறது.

இன்று சரயு நதிக்கரையில் ஜெய் ஸ்ரீராம் கோஷத்தோடு பிரதமர் மோடி, ராமர் கோவிலுக்கு அடிக்கல் நாட்டியிருக்கிறார். 'பொது வழிபாட்டுத் தலத்தை திட்டமிட்டு அழிக்கும் செயல்' என உச்சநீதி மன்றத்தின் கண்டனத்துக்கு உள்ளான சம்பவம் நடந்த இடத்தில் பிரதமர் கலந்து கொண்டிருப்பது நீதி மன்ற அவமதிப்பு ஆகாதா? சமீபத்தில், அரசியலமைப்பின் முகவுரையிலிருந்து மதச்சார்பின்மை, சோஷலிசம் போன்ற சொற்களை எடுத்துவிட வேண்டும் என மத்திய அமைச்சர் ரவிசங்கர் பிரசாத் கூறியிருந்தார்.

ஆகவேதான் மோடி இது அரசியலமைப்புச் சட்டப்படி நடந்த நிகழ்வு என்கிறார். சரி, அரசியல் அமைப்பின்படி நடந்த, தேசிய முக்கியத்துவம் வாய்ந்த நிகழ்வு என்றால் குடியரசுத் தலைவரையும் அழைக்க வேண்டியதுதானே? அவர் சம்புகன் வழித் தோன்றல் என்பதால் அழைக்கவில்லையா?

ஆகவே, ராமர் கோவில் கட்டுவது என்பது வெறும் கோவில் பிரச்சனையாக சுருக்கி புரிந்து கொள்ளக்கூடாது. ராமர் கோவிலுக்கு அடிக்கல் நாட்டுவது என்பது, இந்தியாவை இந்து ராஷ்டிரமாகக் கட்டியெழுப்புவதற்கான அடிக்கல் நாட்டும் நிகழ்வு என்பதை இந்தியர்கள் உணர வேண்டும். சரி, நாங்களும் இந்துக்கள்தானே? எனக் கேட்டால்! பெரியார் சொன்னதுதான். ஏழை பணக்காரனாக முடியும். இந்தியாவில் ஒரு சூத்திரனால் ஆரியனாக முடியாது.

ராமனுக்குக் கோவில் கட்ட அடிக்கல் நாட்டியது மூலம் ஒரு நீண்ட வரலாற்றுப் போராட்டம் முடிவுக்கு வந்துவிட்டது என்கிறார் பிரதமர். ஆனால் பிரதமர் மோடி அவர்களே! போராட்டங்கள் முடிவடைந்ததாக வரலாறு இல்லை என்பதை நீங்கள் நினைவில் கொள்ள வேண்டியிருக்கிறது.

டிசம்பர் உறுதி!

டிசம்பர் 6 பாபர் மசூதி இடிக்கப்பட்ட நாள். பாபர் மசூதி 16 ஆம் நூற்றாண்டில் முகலாய மன்னர் பாபர் ஆணையின் பேரில் அவரது தளபதி மீர் பக்கியால் கட்டப்பட்டதாகும்.

பாபர் மசூதி கட்டப்பட்ட போது இந்தியாவில் இந்து மதம் என்று ஒன்று இருந்ததில்லை. புத்தம், சமணம், சைவம், வைணவம், சாக்தம், கௌமாரம், சௌரம், காணாபத்யம் போன்ற மதங்களே இந்தியாவில் இருந்தன.

இந்த மதங்களுக்கிடையேயும் இணக்கமில்லை. சதா, சண்டை சச்சரவுகள். இந்தியா முழுவதும் இசுலாமிய மன்னர்களின் கட்டுப்பாட்டில் இருந்த அக்காலத்தில், மதவெறி, மதமாற்றம், மதச்சார்பின்மை போன்ற சிந்தனை முறை இல்லை.

இவை 18 ஆம் நூற்றாண்டில் தோன்றிய சிந்தனைப் போக்குகளாகும். அத்வானி போன்ற சங்பரிவார் தலைவர்கள் அரசியலில் மதத்தை கலக்க முயன்றனர்.

பாபர் மசூதி, ராமர் பிறந்த இடத்தில் கட்டப்பட்டது என்றது ஆர் எஸ்.எஸ். மதச்சார்பற்ற வரலாற்று ஆசிரியர்கள் சான்றுகள் கேட்டனர். இதெல்லாம் நம்பிக்கை! என்று தப்பித்தார்கள்.

அயோத்தியில் கோவில் கட்டாமல், லண்டனிலா ராமருக்கு கோவில் கட்ட முடியும்? என இந்துக்களின் உணர்ச்சியைத் தூண்டினார் அத்வானி.

கோர்ட்டுக்கு கடவுளை சாட்சி சொல்ல அழைப்பீர்களா? என இபிகோவை, மநு வாக்கியத்தால் புறம் தள்ளினார்.

பொய்களை மீண்டும் மீண்டும் உண்மைபோல கூறுவதே ஃபாசிஸ்டுகள் வேலை. அதை திறம்பட அத்வானி அணி செய்தது.

முஸ்லீம் மன்னர்கள் மதவெறியர்கள். இந்தியாவுக்கு அந்நியர்கள். இந்துக்களை மதம் மாறச்செய்தவர்கள். இந்துக் கோவில்களை பல முறை கொள்ளையடித்தவர்கள் என்றெல்லாம் வரலாற்றில் பொய்யைக் கலந்தார்கள்.

முஸ்லீம்கள் அந்நியர்கள் என்றால் ஆரியர்கள் யார்? அவர்களும் இந்த மண்ணில் அகதிகளாகக் குடியேறியவர்கள்தாமே.

இந்து மன்னர்கள் கோவில்களை கொள்ளையடித்ததே கிடையாதா?

இந்து மன்னனான சிவாஜி வங்கத்தின் மீதும் ஒடிசா மீதும் படையெடுத்தபோது அங்குள்ள கோவில்களை கொள்ளை அடிக்கவில்லையா?

திருமங்கையாழ்வார் நாகப்பட்டினத்திலிருந்த தங்கத்தாலான புத்தர் சிலையைத் திருடி ஸ்ரீரங்கம் கோவிலுக்கு கொடுத்தவர்தானே!

அவ்வளவு ஏன் பௌத்தத்தை அழிக்க இசுலாமியர்களின் உதவியை நாடியவர்களே பார்ப்பனர்கள். இதற்காக இசுலாமியர்களை போதிச்சத்துவர்கள் என்று அழைத்தவர்கள்.

இந்துத்துவாவாதிகள் சொல்கிறபடி இசுலாமிய மன்னர்களுக்கு சமய வெறி இருந்திருந்தால் பாபர், ஹுமாயூர், அக்பர், ஜஹாங்கீர், ஷாஜகான் காலத்திலேயே இந்தியா இசுலாமிய நாடாக மாறியிருக்கும்.

பாபர் இந்தியாவை ஆட்சி செய்தபோது துருக்கியை கலீபா சுலைமான் ஆண்டார். ஜெர்மனியை 5 ஆம் சார்ல்ஸ் ஆண்டார். இங்கிலாந்தை 8 ஆம் ஹென்றி ஆண்டார்.

ஒப்பீட்டளவில் இவர்களைவிட சிறந்த நிர்வாகத்தை தந்தவராக பாபர் வரலாற்றாசிரியர்களால் பாராட்டப்படுகிறார். வின்சன் ஸ்மித் போன்றவர்கள் ஆசியாவிலேயே பாபர் ஆட்சிதான் சிறந்து விளங்கியதாகக் கூறுகிறார்கள்.

பாபர் கவிதைகள் எழுதும் மென்மையான இலக்கிய மனம் படைத்தவர். 'பாபர் நாமா' எனும் சுயசரிதை நூலை எழுதியவர். சிறந்த பேச்சாளர். நாட்டு மக்களோடு நல்லுறவு வைத்திருந்தவர்.

இவரது பேரனான அக்பர் மிகுந்த சமயப் பொறையுடையவர். இதற்காகவே தீன் இலாஹி எனும் புது மார்க்கத்தை உருவாக்கியவர். இந்தியாவில் இசுலாத்தை பிற மதங்களோடு இணக்கமாக்கியவர்.

இந்தியாவில் பௌத்தம் தழைத்தோங்கிய மௌரிய ஆட்சியை சூழ்ச்சியால் ஒழித்தவர்கள் ஆரியர்கள். பௌத்தர்களின் தலைக்கு தங்கக் காசுகள் தருவதாகச் சொன்னவன் ஆரியமன்னன் புஷ்யமித்ர சுங்கன்.

இந்த துரோகத்தை இந்து மன்னர்கள் வரலாற்றில் தொடர்ந்து நடத்தினார்கள். ஆங்கிலேயர்களுக்கு எதிராக தீரத்துடன் போராடிய திப்புசுல்தானைக் காட்டிக் கொடுத்தார்கள் இந்து மன்னர்களான மராட்டியர்களும் நிஜாம்களும்.

டிசம்பர் 6, இந்திய மத நல்லிணக்கத்தின் மீது படிந்த அழிக்க முடியாத வரலாற்றுக் கறை.

காஷ்மீர் சிறப்பு அந்தஸ்து நீக்கம், முத்தலாக் தடை, மாட்டிறைச்சி தடை, குடியுரிமைச் சட்டம், குடியேற்றப்பதிவேடு என வலதுசாரி ஃபாசிச அரசு இசுலாமியர்கள் மீது தொடர்ந்து வெறுப்பை உமிழ்ந்து வருகிறது.

இத்தகைய நடவடிக்கைகளுக்கு நமது மௌனத்தை அது ஆதரவாகப் புரிந்து கொள்ளும் ஆபத்தும் இருக்கிறது.

இந்திய அரசியல், இந்தியப் பண்பாடு, இந்திய மெய்ஞானம், இவையனைத்தும் இந்திய மக்களின் பன்மைத்துவம் வழியாகவே செழித்து வளர்ந்தது.

அப்பன்மைத்துவத்தை அழித்து, இந்தி — இந்து — இந்தியா, எனும் ஒற்றைக் கட்டுமானத்தில் தேசத்தை உருவாக்கத் துடிக்கிறது சங்பரிவார் கும்பல்.

இத்தகைய முயற்சிகளை முறியடிக்க, டிசம்பர் 6 நமக்கு விழிப்பை, ஒற்றுமையை, வலிமையை, உருவாக்கட்டும்!

அஞ்சலியும்! கண்டனமும்!

நாம் பசிக்கிறது என்றோம். மோடியோ துப்பாக்கி வாங்க வேண்டியிருக்கிறது என்றார். நாம் நோய் பீடிக்கிறதென்றோம். மோடியோ ரஃபேல் விமானம் தேவை என்றார். பாடப் புத்தகங்கள் கேட்டோம். போர்க் கப்பல்களை இறக்குமதி செய்ய வேண்டியுள்ளது என்றார் மோடி!

வேலை வாய்ப்பில்லை என்றோம். அதைவிட 'பாதுகாப்பு' முக்கியம் என்றார் மோடி. இன்று புல்வாமாவில் 40 ராணுவ வீரர்களை பலி கொடுத்திருக்கிறார் மோடி. இறந்த வீரர்களுக்கும் அவர்தம் குடும்பத்துக்கும் நம் கண்ணீர் வணக்கத்தை காணிக்கையாக்குவோம்.

இப்போது, சற்றே புல்வாமா பின்னணியைச் சிந்திப்போம். காஷ்மீரிகள் சுயேச்சையான ஒரு தேசிய இனத்தவர். காஷ்மீரை இந்தியா ஆக்ரமித்தது. பாகிஸ்தான் ஆக்ரமிக்க அடிக்கடி முயல்கிறது. காஷ்மீரிகளோ சுயசார்போடு, சுயமரியாதையோடு, தனி இறையாண்மையோடு வாழ விரும்புகிறார்கள்.

இந்தியாவின் சுதந்திர வேட்கைக்கு பிரிட்டன் மரியாதை கொடுத்தது.

ஆனால், இந்தியாவோ காஷ்மீரிகளின் சுதந்திர உணர்வை மதிக்கவில்லை.

மாறாக மிதித்தது.

தீவிரவாதிகளை வேட்டையாடுகிறோம் என்கிற பெயரில் அது காஷ்மீர் முஸ்லீம்களை ஒடுக்குகிறது.

இதையே தேசப்பாதுகாப்பு என்றும் கதையளக்கிறது.

கடந்த ஐந்து ஆண்டுகளில் புல்வாமா பகுதியில் மட்டும் பல லட்சம் கண்ணீர்ப்புகை குண்டுகள் வீசப்பட்டன. பல லட்சம் பெல்லட் குண்டுகள் அப்பாவிப் பொது மக்கள் மீது போடப்பட்டன. புல்லவ் பகுதியில் ஒரு மகளிர் கல்லூரி. அந்த கல்லூரியை போர்க் களமாக்கியிருந்தது ராணுவம். இந்துத்துவா

அடிப்படைவாதிகள் காஷ்மீரிகளை சொந்த மண்ணில் அகதிகளாக்கி, அங்கு பண்டிட்களைக் குடியேற்றத் துடிக்கின்றனர்.

ஜம்மு பண்டிட்டுகள் ராணுவ அதிகாரிகள் போல செயல்பட்டு வருகின்றனர். காஷ்மீரிகளின் தேசிய உணர்வை, இந்தியாவின் ஆக்ரமிப்பு வெறி, காலில் போட்டு துவம்சம் செய்கிறது.

மற்ற மாநிலத்தவர்போல் இன்று காஷ்மீர் முஸ்லீம்கள் பிற மாநிலங்களில் வாழமுடியாது. காஷ்மீர் முஸ்லீம் மாணவர்கள் பிற மாநிலக் கல்லூரிகளில் படிக்கமுடியாத நிலை.

சிவிலியன்களாக வாழ்ந்த அப்பாவி காஷ்மீரிகளை இந்த இந்துத்துவா பாசிச அரசே, போராளிகளாக மாற்றியது! இன்று புல்வாமா ரத்தக்கறையை பாகிஸ்தான் தேசியக் கொடியில் துடைத்துத் தப்பிக்க முயல்கிறார் மோடி.

ராணுவம் என்பது பாதுகாக்கவே, அன்றி, ஆக்ரமிக்க அல்ல!

இவ்வன்முறைகளுக்கு பொறுப்பேற்க வேண்டிய மோடி, நிர்மலா சீத்தாராமன் போன்றோர் 'போர், போர், பாகிஸ்தான் மீது போர்!' எனக்கூவித் தப்பிக்க முயல்கின்றனர்.

தேசியம் என்பது கற்பிதம். பசி, வறுமை, நோய் போன்றவை யதார்த்தம். இந்தியா அமைதிப்புறா என்றால் அது கொறிக்க எதற்கு நியூட்ரான் குண்டுகள்?

இறந்த ராணுவ வீரர்களுக்கு அஞ்சலி செலுத்துவோம். அவர்களைத் தவறாக வழி நடத்தும் மோடி கும்பலுக்கு கண்டனம் சொல்வோம்!

காஷ்மீர், அடுத்தது என்ன?

காஷ்மீருக்கான சிறப்பு அந்தஸ்து நீக்கம். காஷ்மீர், லடாக்கை யூனியன் பிரதேசங்களாக மாற்றியது. குறித்து தமிழ் நாளிதழ்கள் என்ன கூறுகின்றன?

தந்தி, தமிழ் இந்து, தினகரன் மூன்றையும் வாசித்தேன்.

தந்தி அத்திவரதருக்கு ப்ளோ—அப் போட்டு சிலிர்த்திருந்தது.

தமிழ் இந்து வழக்கம்போல 50:50 டேஸ்ட். ஆதரவாக ஒரு கட்டுரை. எதிர்ப்பதுபோல ஒரு கட்டுரை.

தினகரன் அய்யங்கார் ரசனையையும், அரசியலையும் மிஞ்சுகிற திராவிட இதழ். கிடைக்கக்கூடிய நன்மைகளைப் பட்டியலிட்டுள்ளது.

காஷ்மீரிகளை முஸ்லீம்களாக, இந்துக்களாக, பௌத்தர்களாக மனவிலக்கம் செய்தது பிஜேபி. அதன் விளைவாக காஷ்மீரி என்கிற உணர்வைச் சிதைத்து, ஜம்மு, லடாக் பகுதி மக்களை இந்த மாற்றத்துக்கு ஓரளவு பழக்கியிருக்கிறது பிஜேபி அரசு.

இத்தகையப் போக்கை எவ்வித விமர்சனமும் செய்யவில்லை இந்த நாளிதழ்கள். ஒரு மிகப்பெரிய அபாயத்தை மிக மென்மையாக அணுகிக் கடந்து சென்றதன் மூலம் மக்களின் கோபத்தை இவ்விதழ்கள் அலட்சியம் செய்திருக்கின்றன.

போலவே, தத்துவப் பின்புலமற்ற தெ.தேசம், ஒய்.எஸ்.ஆர் காங்கிரஸ், ஆம் ஆத்மி போன்ற கட்சிகள் கார்ப்ரேட் சிந்தனை கொண்டவை என்பதால் இவற்றின் ஆதரவு முடிவில் பெரிய அதிர்ச்சி ஒன்றுமில்லை.

காஷ்மீரை பொறுத்த அளவில் அம்பேத்கர் சிறப்பு அந்தஸ்து வழங்க எதிர்ப்பு தெரிவித்தார். இந்நிலையில் பிஎஸ்பி ஆதரவையும் புரிந்து கொள்ள முடிகிறது.

'ஜெ'வும் காஷ்மீர் பிரச்சனையில் பிஜேபியின் நிலைபாட்டையே கொண்டிருந்தார். அ.தி.மு.க ஆதரித்ததில் ஒன்றும் ஆச்சரியம் இல்லை!

நாடாளுமன்றத் தேர்தலில் எதிர்க்கட்சிகள் பிரிந்திருந்து பிஜேபி வெற்றிபெற எப்படி வழிவகுத்ததோ அவ்வழியேதான், காஷ்மீர் போன்ற அதன் முடிவுகளுக்கும் மறைமுகமாக ஒத்துழைக்கின்றன.

இந்த சனநாயகத்துக்கு அப்படியொன்றும் பெரிய மாண்புகள் இல்லை. பாவனையளவில் இருந்தவற்றையும் பிஜேபி கலைத்துவிட்டது.

எதிர்காலத்தில், தென் மாவட்டங்கள் முன்னேறவில்லை என தென்தமிழகத்தை ஒரு யூனியன் பிரதேசமாக மாற்றவும் பிஜேபி அரசு முயலலாம். தமிழிசை, பொன்னார் போன்றவர்கள் ஆதரிக்கவும் கூடும்.

ஏற்கனவே ஒரு குழு வடதமிழகம் என்று சுற்றிவந்தது.

பிஜேபி அரசியலை ஏற்றுக்கொள்ள மறுத்து தமிழகத்தில்தான் பெரிய அளவில் போராட்டங்கள் நடந்துவருகின்றன. அதை பலவீனப்படுத்த வேண்டும்.

வடதமிழகமும் உருவாகலாம்.

மிகப்பெரிய முடிவை எவ்வித முன்னறிவிப்பும் இன்றி அசால்ட்டாக படித்தார் அமித்ஷா !

தமிழ்நாட்டைப் பிரித்து அறிவிப்பதா அவருக்கு சிரமம்? எதுவும் நடக்கலாம்.

என்ன நடக்கிறது காஷ்மீரில்?

'உலகம் இங்கு முடிகிறது. சொர்க்கம் இங்கு தொடங்குகிறது. மகிழ்ச்சிப் பள்ளத்தாக்கு உங்களை வரவேற்கிறது'.

ஜம்மு—காஷ்மீருக்கு செல்லும் நெடுஞ்சாலை முகப்பில் இவ்வாசகத்தைக் காணமுடியும்.

அந்த அழகிய மாநிலம் நிம்மதி இழந்து பல ஆண்டுகளாயிற்று.

பிரிட்டிஷ் அரசாங்கம் குலாப்சிங் என்கிற மன்னனுக்கு ஜம்மு காஷ்மீரை 75 இலட்சம் ரூபாய்க்கு விற்றது.

அவனது மகன் ஹரிசிங்.

மன்னராட்சி அவலங்களுக்கு எதிராகப் போராடியவர் ஷேக் அப்துல்லா. அவர் தொடங்கியதே தேசிய மாநாட்டு கட்சி. காஷ்மீரிகள் முஸ்லீம் என்ற போதிலும் அவர்கள் பாகிஸ்தானோடு இணைய விரும்பவில்லை. இந்தியாவோடு இணக்கமாக இருக்கவே விரும்பினார்கள்.

இணக்கமாக இருக்க விரும்பியவர்களை அடிமைகளாக மாற்றத்துடிக்கிறது இந்தியா. சனநாயகத்தில் அக்கறையுடைய நேரு காஷ்மீரிகளைப் புரிந்துகொண்டதன் விளைவே 370 மற்றும் 35— ஏ போன்ற சிறப்பு சட்டங்கள்.

இந்து சிறப்பு விதிகளின்படி, காஷ்மீர் மாநில மக்களே அங்கு நிரந்தர குடியுரிமை பெற்றவர்களாகத் திகழ முடியும். வெளிமாநிலத்தைச் சேர்ந்தவர்கள் காஷ்மீரில் எந்தவொரு அசையா சொத்துக்களையும் வாங்க முடியாது. மாநில அரசின் நலத்திட்டங்களால் வெளியிலிருந்து வருபவர்கள் பயனடைய முடியாது. ஜம்மு—காஷ்மீர் மாநில அரசின் வேலை வாய்ப்புகளையும் பெறமுடியாது.

காஷ்மீர் நிரந்தர குடியுரிமை பெற்ற பெண்கள், வெளிமாநிலத்தவரை திருமணம் செய்தால், அவரும், அவரது வாரிசும் சொத்துரிமையை இழப்பார்கள். இது பிஜேபியின் கண்ணை உறுத்திக்கொண்டே இருந்தது. இயற்கை வனப்பும்

வளமும் உடைய பகுதிகளை வளைத்துப்போட்டு அம்பானி, அதானிகளுக்கு கொடுப்பதில் முனைப்பு காட்டுபவர்களாயிற்றே!

கடந்த தேர்தல் அறிக்கையிலேயே 35 ஏ சட்டத்தை நீக்குவது குறித்து விவாதித்திருந்தார்கள். தொடர்ந்து 35—ஏ பிரிவை நீக்குவது குறித்து அமித்ஷாவும் சொல்லிக் கொண்டிருந்தார். அதற்கான தருணம் இப்போது வந்துவிட்டதாகவே தோன்றுகிறது.

35—ஏ வை நீக்குவது குறித்து 'வி சிட்டிசன்' என்கிற அமைப்பின் மூலம் உச்சநீதிமன்றத்தில் வழக்குபோடச் சொல்லி தன் அஜெண்டாவை நிறைவேற்றத் துடிக்கிறது பிஜேபி. காஷ்மீரில் முன்னதாகவே ராணுவம் குவிக்கப்பட்டிருந்தது. இப்போது இன்னும் அதிகப்படுத்தப்பட்டுள்ளது.

காஷ்மீரில் அந்த மக்களால் தேர்ந்தெடுக்கப்பட்ட மாநில அரசு இல்லாத நிலை. கவர்னர் ஆட்சியை வைத்துக்கொண்டு காஷ்மீரை மூன்றாகப் பிரிக்கவும் திட்டமிடுகிறது மோடி அரசு. காஷ்மீர், லடாக் பகுதிகளை யூனியன் பிரதேசங்களாகவும் ஜம்முவை மாநிலமாகவும் மாற்ற மோடி, அமித்ஷா கூட்டணி முயல்கிறது.

பெரிய அண்ணன் அமெரிக்காவிடம் இந்தப் பஞ்சாயத்தை கொண்டுபோன மோடி இப்போது மவுனம் காக்கிறார். இன்னொரு பக்கம் இம்ரான்கானும் ட்ரம்ப்பை உதவிக்கு அழைக்கிறார். எழில் வாய்ந்த ஒரு மலைப்பிரதேசத்தில் வாழும் மக்கள் அமைதி இழந்து வெகுகாலமாயிற்று.

ஏகாதிபத்தியங்களின் பேராசையில் சின்னாபின்னமாகிவிடுமோ ஜம்மு காஷ்மீர் என்கிற கவலை தோன்றுகிறது. இப்போதுதான் முத்தலாக்கை நிறைவேற்றியது பிஜேபி அரசு. அடுத்து ஜம்மு காஷ்மீரை கபளீகரம் செய்ய முயல்கிறது. இந்தியாவை இந்து பேரரசாக்கும் முயற்சியின் தொடர் செயல்பாடுகள் இவை. காஷ்மீரில் நடப்பவையே நீட், ஹைட்ரோகார்பன் வடிவில் தமிழகத்திலும் நடக்கிறது.

இத்தனை இன்னல்களுக்கும் இடையே தங்கள் சுய விருப்பு வெறுப்புகளை மறந்து ஃபரூக் அப்துல்லா, மெஹபூபா முஃப்தி போன்றோர் காஷ்மீரின் நலனைப் பாதுகாக்க இணைந்திருப்பது ஆறுதல்!

குடியுரிமை சட்டத் திருத்த மசோதா மற்றும் தேசிய குடியுரிமைப் பதிவேடு குறித்த சில புரிதல்!

இரண்டாவது முறையாக பா.ஜ.க வெற்றி பெற்றதை அக்கட்சி தன் கொள்கைகளுக்கு கிடைத்த வெற்றியாகவே எடுத்துக் கொண்டுவிட்டது.

உண்மையில் மோடி + அமித்ஷாவின் பல்வேறு அதிரடி நடவடிக்கைகள், சனநாயக விரோதப் போக்குகள், அதிகார துஷ்பிரயோகங்கள், எதிர்க்கட்சிகளின் ஒற்றுமையின்மை, தேர்தல் தில்லுமுல்லுகள், இந்துத்துவா கார்ப்ரேட் ஊடகங்களின் பாசம் இவற்றின் வழியாகக் கட்டமைக்கப்பட்டதே பாராளுமன்றத் தேர்தல் வெற்றி.

ஆனால், பாஜகவோ, இந்து தேசத்தை நிர்மாணிக்க தங்களுக்குக் கிடைத்த பேராதரவாகவே இவ்வெற்றியைக் கருதி முஸ்லீம்களுக்கு எதிரான பல அரசியல் நகர்வுகளை செய்து வருகிறது.

முத்தலாக் தடைச் சட்டம். காஷ்மீரின் சிறப்பு அந்தஸ்தை பறிக்கும் சட்டத்திருத்தம், பாபர் மசூதி இருந்த இடத்தை சட்டபூர்வமான வகையில் அபகரித்தது போன்ற நடவடிக்கைகளைத் தொடர்ந்து குடியுரிமை சட்டத் திருத்த மசோதாவை நாடாளுமன்றத்தில் நிறைவேற்றியுள்ளது.

குடியுரிமை என்பது, தனிமனிதன் ஒருவனை இறையாண்மையுள்ள ஒரு தேசத்தின் குடிமகனாக்கும் உரிமையாகும்.

குடிமகன் என்ற தகுதியே ஒருவர்க்கு தேசத்தின் குடியுரிமையை, வாழ்வுரிமையை, வாக்குரிமையை, வேலை செய்யும் உரிமையை, சொத்துக்கள் வாங்கும் உரிமையை அளிக்கிறது.

குடியுரிமை பெற்ற ஒருவர்தான் வாழும் நாட்டின் அரசிற்கு எதிரான சட்டபூர்வ நடவடிக்கைகள் மேற்கொள்ளும் அதிகாரத்தையும் பெற்றவராக ஆகிறார்.

எந்த தேசத்தின் குடியுரிமையும் இல்லாதவர்கள், இரட்டைக் குடியுரிமை பெற்றவர்கள் என குடியுரிமை குறித்த பல சிக்கல்கள் இருக்கின்றன. இச்சிக்கல்களுக்கு தீர்வு காணும் பொருட்டு 1930 ஆம் ஆண்டு ஹேக் நகரில் உலகளவில் ஒரு மாநாடும் நடைபெற்றது.

விடுதலையடைந்த இந்தியாவில் 1955—ஆம் ஆண்டு இயற்றப்பட்டது குடியுரிமைச் சட்டம்.

11 ஆண்டுகளுக்கும் மேலாக ஒருவர் இந்தியாவில் வசித்தால், அவருக்கு இந்தியக் குடியுரிமை வழங்கலாம் எனக் கூறுகிறது இச்சட்டம்.

இந்த சட்டத்தில்தான் மோடி, அமித்ஷா கூட்டணி தங்களின் இந்துத்வா பாசத்தையும், முஸ்லீம் வெறுப்பையும், காட்டும்வகையில், திருத்தத்தைக் கொண்டு வந்துள்ளது.

பாகிஸ்தான், வங்கதேசம், ஆப்கானிஸ்தானிலிருந்து வந்த இந்துக்கள், சீக்கியர்கள், பௌத்தர்கள், சமணர்கள், பார்சிகள், கிறித்துவர்கள் ஆகியோருக்கு உரிய ஆவணங்கள் இல்லையென்றாலும் பரவாயில்லை. இந்தியாவில் குறைந்தது 6 ஆண்டுகள் வசித்திருந்தால் போதும். அவர்களுக்கு இந்தியக் குடியுரிமை வழங்கலாம் என்பதே இந்தக் குடியுரிமை திருத்தச் சட்ட மசோதாவாகும்.

பாகிஸ்தான் அகமதியாக்கள், மியான்மர் ரோஹிஞ்சாகள் போன்ற முஸ்லீம் இனத்தவர் இத்திருத்தம் மூலம் பாதிக்கப்படுவார்கள்.

இதன் மூலம் இவர்கள் இந்தியாவைவிட்டு வெளியேற்றப்படவும் வாய்ப்பிருக்கிறது.

இந்தச் சட்டத்திருத்தம் மேலே குறிப்பிட்ட நாடுகளைச் சேர்ந்த இந்து, மற்றும் கிறித்துவர்களுக்கே பொருந்தும். இலங்கைத் தமிழருக்கு பொருந்தாது.

குடியுரிமையை மதத்தின் அடிப்படையில் வழங்குவது என்பது, நமது அரசியல் அமைப்புச் சட்டத்துக்கு எதிரானதாகும்.

இந்திய அரசியலமைப்பின் சட்டவிதி 12 முதல் 35 வரை ஆறுவகை உரிமைகளை அதன் குடிகளுக்கு அளிக்கிறது.

இதை இந்தியாவின் மேக்னா கார்ட்டென அழைக்கின்றனர். அதாவது மகாசாசனம்.

இ.அ.சட்டத்தில் குறிப்பிடப்பட்டிருக்கும் ஆறுவகை உரிமைகளாவன —

சம உரிமை, சுதந்திர உரிமை,

சுரண்டலை எதிர்க்கும் உரிமை,

சமய சார்பு உரிமை,

கலாச்சாரம் மற்றும் கல்வி கற்கும் உரிமை போன்றவை ஆகும்.

சமய சார்பு உரிமை என்பது இந்தியக் குடிமகனொருவன் தான் விரும்பிய மதத்தை பின்பற்றும் உரிமை பெற்றவன் என்பதாகும். ஆனால் இந்தச் சட்டத் திருத்தமோ, மதச்சார்பை அடிப்படையாகக் கொண்டு குடியுரிமையை வழங்குகிறது!

சட்டமேதையான அம்பேத்கர் இப்பகுதியை இ.அ.சட்டத்தின் இதயம் என்கிறார். மோடியும் அமித்ஷாவும் பைபாஸ் சர்ஜரி செய்கிறார்கள்.

இப்படி பாகிஸ்தான், வங்கதேசம், ஆப்கானிஸ்தான் இந்துக்கள் குடியுரிமையைப் பெற இந்தியாவில் 6 ஆண்டுகள் வாழ்பவராக இருந்தால் போதும், என்பது இந்தியக் குடியுரிமைக்கான கிரிட்டீரியா என்றால் வடகிழக்கு மாநிலங்களுக்கோ வேறு கிரட்டீரியா!

அதாவது, 1971 மார்ச் 24 ஆம் தேதியன்று அஸ்ஸாமில் வாழ்ந்ததாக நிலக் குத்தகை ஆவணங்கள், வாக்காளர் அடையாள அட்டைகள், பாஸ்போர்ட்கள் போன்ற ஆவணங்களைக் கொண்டு தங்களை அஸ்ஸாமியர்கள் என நிரூபிக்க வேண்டும். முடியாதவர்களின் பெயர்கள் வாக்காளர் பட்டியலில் இருந்து நீக்கப்படும்.

இவ்வாறு அஸ்ஸாமில் இந்தியக் குடிமக்களை அடையாளம் காணக்கூடிய தேசிய குடியுரிமைப் பதிவேடு (என்.ஆர்.சி) இறுதிப் பட்டியல் சமீபத்தில் அறிவிக்கப்பட்டது.

இதன்படி 3,11,21,004 பேரின் குடியுரிமை உறுதிசெய்யப்பட்டுள்ளனர்.

19,06,657 பேருடைய கோரிக்கை சரியான ஆவணங்கள் இல்லை என நிராகரிக்கப்பட்டுள்ளது.

இவர்களுக்கு மேலும் 120 நாட்கள் கால அவகாசம் வழங்கப்பட்டுள்ளது.

இவர்கள் பெரும்பாலானோர் வங்கதேச முஸ்லீம். அடிக்கடி இயற்கைப் பேரிடர்களுக்கு உள்ளாகும் மாநிலம் அஸ்ஸாம். கடும் மழை, வெள்ளம் போன்ற இடர்களால் இம்மக்கள் தம் ஆவணங்களை இழந்துள்ளனர்.

ஆவணங்களை சரிபார்க்கும் அலுவலகங்களுக்கு இவர்கள் வெகுதூரம் பயணம் செய்யவேண்டியுள்ளது.

சிறிய எழுத்துப்பிழைகளுக்காக இவர்களது ஆவணங்கள் நிராகரிக்கப்படுகின்றன. சட்டப்போராட்டம் நடத்த இவர்களிடம் கல்வி அறிவோ பொருளாதார பலமோ இல்லை.

பாதுகாப்பற்ற சூழல், இந்துக்களால் தாக்கப்படுவோம் என்கிற பயம், நிரந்தரமின்மை குறித்த மன அழுத்தம் இவற்றால் இதுவரை 50 க்கும் மேற்பட்டோர் தற்கொலை செய்து கொண்டுள்ளதாக, அமைதிக்கான குடிமக்கள் அமைப்பின் பொருப்பாளர் ஜாம்செர் அலி கூறுகிறார்.

இந்த அச்சத்தைக் கொளுத்த வடகிழக்கு மாணவர்கள் தீப்பந்தங்களை ஏந்திப் போராடுகிறார்கள்.

மதம் என்பது குடியுரிமையை தீர்மானிக்கும் அலகானால் 'இந்து இந்தியா' வே எஞ்சும்.

அதன் எல்லைகளுக்கு வெளியே, ஒரு சில புதிய தேசங்கள் உருவாவது தவிர்க்க முடியாததாகிவிடும்.

இருட்டு அறையில்..

ராமன் திருட்டுத்தனமாக பாபர் மசூதிக்குள் நுழைந்த கருப்பு வரலாற்றை விவரிக்கிற நூல் The dark night : the secret history of Rama's appearance in babri masgid. இந்நூலை வாசிக்கும்போது, மத வெறிக்குப்பின் இருக்கிற கடுமையான உழைப்பு, நம்பிக்கை, போன்றவை வியப்பாக இருக்கிறது.

1949 டிசம்பரன்று, இந்து மகாசபையால் பின்னப்பட்ட சதிவலை. அதன் தொடக்க முனையைத் தொடங்கியவர் சாவர்க்கர். இன்று முடித்து வைத்திருக்கிறார்கள் மோடியும் அமித்ஷாவும்.

எழுபது ஆண்டுகள் தங்கள் திருட்டு நாடகத்தை சோர்வில்லாமல் நடத்தி, இன்று ராம ஜென்மபூமிக்கு சட்டபூர்வ ஆங்கீகாரத்தை பெற்றிருக்கிறார்கள்.

அப்போது எங்களுக்குத் திருமணமாகவில்லை. அது காதல் பருவம். நானும் தமிழும் கோடியக்கரை சென்றிருந்தோம். தமிழ் ஊருக்கு அருகிலுள்ள ஊர் என்பதால் அந்த ஊரைச் சுற்றிக் காட்டுவது அவருக்கு எளிதாக இருந்தது.

ஒரு இடத்தில் இரண்டு சிறிய பாறைக் கற்கள். ராமர் பாதம் என்றார் தமிழ். இந்திய தொல்லியல்துறையும் அப்படிதான் கூறுகிறது.

இராமனைப் பற்றி இந்திய மொழிகள் அனைத்திலும் புராணக்கதைகள், நாடோடிக் கதைகள் நிறைய உள்ளன.

இவை அனைத்துமே புனைவுகள்.

இந்தியா என்கிற ஒரு தேசம் ஆங்கிலேயர்கள் வந்த பிறகு உருவானதுதான். இன்னும் சொல்லப்போனால் முதல் இந்திய சுதந்திரப்போர் என்று சொல்லக்கூடிய சிப்பாய்க் கலகத்தின்போது கூட இந்தியா இருந்ததில்லை.

கர்சன்பிரபு வங்கத்தைப் பிரித்தார். ஒன்று முஸ்லீம்களுக்கு. ஒன்று இந்துக்களுக்கு. இதனையொட்டி உருவாக்கப்பட்ட இந்து உணர்ச்சி அடிப்படையில் உருவான தேசமே இந்தியா.

இதற்குப் பிறகுதான் புதிய எல்லைக்கோடுகளால் இந்தியா படிப்படியாக வளர்ந்தது. எல்லைக்கோடுகள் மட்டும் போதாது. அதை உணர்வு ரீதியாக சேர்க்க வேண்டுமே!

இந்தி எனும் மொழியையும் இந்து எனும் மதத்தையும் பயன்படுத்தினார்கள். இந்தியாவை இணைக்க ஒரு நாயகன் தேவைப்பட்டபோது ராமனைப் பயன்படுத்தினார்கள்.

ஒவ்வொரு மாநிலத்திலும் ராமனின் உமிழ் நீர் சிந்தியது. ராமன் இங்குதான் கக்கூஸ் போனார், இங்குதான் டூயட் பாடினார், இங்குதான் பாலம் கட்டினார், என ஒரு புராணப் பாத்திரத்தை மானுடவியலுக்கான சோர்ஸ்ஸாக மாற்றினார்கள். ஆர்தர் கதைகளை வரலாற்றறிஞர்கள் வரலாறாக ஏற்றுக்கொள்வதில்லை.

தேசிய உணர்ச்சியைக் கட்டியெழுப்ப எல்லா தேசங்களுக்கும் ஒரு ராமன் தேவைப்பட்டார். அப்படி இங்கிலாந்துக்கு கிடைத்தவரே ஆர்த்தர். அவரைப் பற்றியும் நிறைய கதைகள்.

ஆர்தர் புனைவுகளில் கு.கர்ணன் போல மெர்லின் மாயக்காரன், ராமனுக்கு வில்போல எக்ஸ்காலிபர் என்னும் வாள், டிண்டேஜல் என்னுமிடத்தில் ஆர்தரின் பிறப்பு, காம்லான் என்னுமிடத்தில் மார்ட்ரெட்டிற்கு எதிரான அவரது இறுதிப் போர் என அங்கும் நிறைய புராணிக ஆதாரங்களைக் காட்டுவார்கள். ஆனாலும் ஒரு அதிமனித புனைவு என்பதைத் தாண்டி இங்கிலாந்து வரலாறு, ஆர்தரை ஏற்றுக் கொள்ளவில்லை. ஆனால் இந்தியாவில் பிறப்பின் அடிப்படையில் கல்விபெற முடியாத சூழலால் வெகுசன அடித்தட்டு மக்களிடம் உருவாகியிருந்த தொல்நாடோடி மனதில் ராமன் எளிதாகத் திணிக்கப்பட்டார்.

ஒரு தேசம் என்பது, ஒரே மொழியால், ஒரே பண்பாட்டால் உருவாவது. இந்தியாவில் ஒரே மொழியில்லை. ஒரே பண்பாடில்லை. ஆகவே அது ராமன் என்கிற ஒரு நாயகனைக் காட்டுகிறது. ஆனால் நர்மதைக்குத் தெற்கே அந்த ஹீரோவின் சாகசங்கள் எடுபடவில்லை. குறிப்பாக கேரளம், தமிழகத்தில் ராமன் வெறும் சீரியல் ஹீரோ. ராமாயணம் என்பது இன்னுமொரு பாகுபலி கதை!

இந்த ராமன் எப்படி பாபர் மசூதிக்குள் நுழைந்தான்? இவனது துணைப்பாத்திரங்களுடைய படங்களை அதன் உட்புறச் சுவர்களில் யார் வரைந்தது?

உத்திரப் பிரதேச மாநிலம். பைசாபாத் மாவட்டம். அயோத்தி நகர காவல் நிலையம். 23 டிசம்பர் காலை, 1949 ஆம் ஆண்டு.

அந்தக் காவல் நிலையத்தில் அன்று பொறுப்பில் இருந்தவர் பண்டிட் ராம் தியோ துபே என்பவர். அவர் எழுதிய எஃப்.ஐ.ஆர் இந்த சந்தேகங்களுக்கு பதில் அளிக்கிறது. 1949 ஆம் ஆண்டு. டிசம்பர் மாதம் 22 ஆம் தேதி. அயோத்தி நகரம். பாபர் மசூதியின் கூரையை இரவு அமைதியாகத் தழுவியிருந்தது. மக்கள் உறங்கத் தொடங்கியிருந்தனர்.

அபிராம் தாசு எனும் ஒரு அகோரி. அவரது தலைமையில் ஒரு சிறு கும்பல் பாபர் மசூதியினுள் திருட்டுத்தனமாக நுழைய முயல்கிறது. அபிராம் தாசு சிறிய ராமர் சிலையை அணைத்திருக்கிறார்.

பாபர் மசூதியின் பொறுப்பாளர் முகமது இசுமாயில் இந்தக் காட்சியை கண்ட விநாடியில் நிகழப்போகும் விபரீதத்தை யூகிக்கிறார். அவரை வெறியோடு அபிராம் குழு தாக்குகிறது. தப்பித்து ஓடுகிறார். ஓடும்போதே இனி வரும் காலம் இசுலாம் சமூகத்துக்கு மோசமான பருவம் எனச் சிந்திக்கிறார்.

அபிராம் தலைமையிலான அந்தக்குழு ராமர் சிலையை வைத்ததோடு சுவரில் ராமர், சீதை, அனுமன் ஓவியங்களையும் வரைந்து, பின் வெளியேறுகிறது.

இப்போது வரலாற்றை சற்று முன் நகர்த்துவோம்.

1947. விடுதலைக்கு முன்பிருந்த இந்தியா, இந்தியாவென்றும் பாகிஸ்தானென்றும் இரு தேசங்களாக பிளவுபடுகிறது. நாடெங்கும் கொழுந்துவிட்டெரிகிறது மதவெறி. எங்கும் கலவரம். பெருமளவில் இஸ்லாமியர்கள் கொல்லப்படுகின்றனர்.

இந்து ராஷ்டிரத்தை அமைக்கும் கனவோடு ஆர்.எஸ்.எஸ், இந்து மகா சபை போன்ற அமைப்புகள் செயல்படத் தொடங்குகின்றன.

இதன் ஒரு பகுதியாக காந்தியடிகள் கொலை செய்யப்படுகிறார். இந்நிகழ்வு ஆர்.எஸ்.எஸுக்கு பெரும் பின்னடைவாக அமைகிறது. இந்துமத அமைப்புகள் தனிமைப்பட்டன.

காந்தி கொலையில் சந்தேகத்தின் பேரில் கைதுசெய்யப்பட்ட சாவர்க்கர் சிறிது காலத்திலேயே விடுதலையாகிறார்.

வெளியே வந்தவர் தீயாய் வேலை செய்யத் தொடங்குகிறார்.

பல்ராம்பூர் மன்னர் ஓர் இந்து. அவரிடம் இந்துமகாசபையின் உ.பி தலைவரான திக் விஜய்நாத், சாவர்க்கருடைய திட்டத்தை விவரிக்கிறார். அத்திட்டம் வாரணாசியில் விசுவநாதர் கோவில், மதுராவில் கிருஷ்ணர் கோவில், அயோத்யாவில் ராமர் கோவில் கட்டுவதாகும்.

அப்போது உடனிருந்தவர் மாவட்ட நீதிபதி நாயர். மன்னரும் நீதிபதி நாயரும் இத்திட்டத்தை அரங்கேற்ற ஒத்துழைப்பதாக உறுதிதர, பாபர் மசூதியில் அபிராம் சந்நியாசி நுழைந்து செய்த வேலையைப் பார்த்தோம்.

மறுநாள் பைசாபாத் காவல் நிலையத்தில் தலைமைக் காவலர் பண்டிட் ராம் தியோ துபே வழக்கைப் பதிவு செய்கிறார். அபிராம் தாசு முதல் குற்றவாளி. மற்றும் அவரோடு இணைந்து இச்சதியை அரங்கேற்றிய ராம் சகல் தாசு, சுதர்சன் தாசு உட்பட 60 பேர் மீது இ.அ.சட்டம் 147, 448 பிரிவுகளில் முதல் தகவல் அறிக்கை பதிவு செய்யப்படுகிறது.

அப்போதிருந்த உ.பி மாநில வலதுசாரி காங்கிரஸ் தலைவர்களின் துணையோடும், நாயர் போன்ற நீதிபதிகளின் ஒத்துழைப்போடும் இந்த வழக்கு ஊத்தி மூடப்பட்டது.

சாவர்க்கர் காலத்து சதி! மோகன் பகவத் காலத்தில் முடிவடைந்திருக்கிறது!

பல்ராம்பூர் மன்னர், நாயர் எனத் தொடங்கி மோடி, அமித் ஷா, கோகோய் காலத்தில் ஒரு தீக்கனவு நிறைவேறியிருக்கிறது.

நீதிபதி நாயரை ஜனசங்கம் எம்.பியாக்கி அழகு பார்த்தது. இன்றைய நீதியரசர்களுக்கு, வரும்காலத்தில் என்ன பரிசுகள் காத்திருக்கிறதோ!

அரசியல் பிழைத்தோர்க்கு அறம் கூற்றாகும் எனும் தமிழ் அறம் பலிக்குமா? முடிவு செய்யுமிடத்தில் காலம்தான் இருக்கிறது!

முத்தலாக் ஒழிப்பு – பிஜேபியின் பெண் பாசமா?

மீண்டும் முத்தலாக் விவாதப் பொருளாகியுள்ளது. மேலவையில் இம்மசோதாவை நிறைவேற்ற பிஜேபி அரசு திணறுகிறது.

தலாக் என்பது சட்டபூர்வமானது அன்று. ஆனால் பிஜேபி அரசோ, சட்டபூர்வமற்ற ஒன்றை சட்டவிரோதமென்கிறது!

தலாக், புர்கா அணிதல் போன்றவை ஒருவித மதநம்பிக்கை. சரியத் என இசுலாம் குறிப்பிடுவது ஒரு சட்டவடிவம் அன்று. அது குர் ஆன், நபி மொழிகளில் இருந்து தொகுக்கப்பட்டது.

இதைப் பின்பற்றுவதிலும் சுன்னத் ஜமாத்தினருக்கும் தவ்ஹீத் ஜமாத்தினருக்கும் இடையே கருத்து வேறுபாடுகள் உள்ளன!

தலாக் என்பது, இசுலாத்துக்கு வெளியே, பொதுப்புத்தியில் மணவிலக்கு எனப்பதிவு செய்யப்பட்டிருக்கிறது.

தலாக் என்பது 'அவிழ்த்தல், கைவிடுதல்' எனும் பொருளுடைய அராபிச் சொல்.

இதில் பெண்ணின் உணர்வு, உரிமை காப்பாற்றப்படும் வகையிலேயே பெரும்பாலான ஜமாத்துக்கள் செயல்படுகின்றன. உரிய காரணத்தை ஜமாத்தில் சொல்லாமல் ஒருவர் தலாக் சொல்ல முடியாது.

மூன்றுமுறை தலாக் சொல்வதற்கு இடைவெளி நிறைய இருக்கின்றன. இவ்விடைவெளி ஆண் மனம் மாற, மனைவியைப் புரிந்துகொள்ள, வழிவகுக்கிறது.

தலாக் அன்றி ஈலா, ழிஹார் போன்ற மணமுறிவுகளும் இசுலாத்தில் இருந்திருக்கின்றன. இப்போது இவை நடைமுறையில் அருகிவிட்டன.

ஆண் தன் மனைவியைக் கைவிட தலாக் சொல்வதைப்போல, மனைவி தன் கணவனைப் பிரிதவதற்கு 'குலா' சொல்லவும் இசுலாத்தில் இடமிருப்பதாக, மார்க்க அறிஞர்கள் கூறுகிறார்கள்.

குலா என்பதற்கு கழற்றிவிடுதல் என்று பொருள்.

சட்டத்திற்கு உட்படாமல் நிகழும் மணமுறிவுகள் எல்லா மதங்களிலும் நடைபெற்றே வருகின்றன. இந்நிலையில் இஸ்லாம் மதத்தைச் சேர்ந்த கணவனுக்கு மட்டும் மூன்று ஆண்டு சிறை என்பதெல்லாம் ஒருதலைப்பட்சமானது. பழிவாங்கும் தன்மை கொண்டது.

திருமணம் என்கிற ஒப்பந்தத்திலிருந்து விலகும், இஸ்லாம் மதத்தைச் சேர்ந்த கணவனை இம்மசோதா கிரிமினல் குற்றவாளியைப்போல் கருதுகிறது. அவர்களுக்கு பிணைகிடைப்பதிலும் நிறையச் சிக்கல்களை உருவாக்குகிறது.

ஒருபக்கம் இந்துப் பெண்களை அய்யப்பன் கோவில் போவதை அனுமதிக்காத பிஜேபி, முஸ்லீம் பெண்களுக்கு இரக்கப்படுவதாக வேஷம் போடுகிறது.

ஆனால், நம்புவதற்கோ இந்தியர் யாரும் தயாராக இல்லை!

முத்தலாக் - ஏன் எதிர்க்க வேண்டும்?

இந்தியாவில் இரண்டு இடுகாடுகளிடையே சமத்துவம் இல்லை. இரண்டு டீ குவளைகளிடையே சமத்துவமில்லை. பிள்ளைகள் படிக்கும் புத்தகங்களிடையே சமத்துவம் இல்லை.

மாரியாத்தாவுக்கும் துர்காதேவிக்கும் இடையே கூட சமத்துவம் இல்லை.

ஆனாலும் முத்தலாக் கொண்டு வந்ததன் மூலம் இந்தியாவில் முஸ்லீம் பெண்களுக்கான பாலின நீதி பாதுகாக்கப்பட்டதாக ஸ்ரீமான் ரவிசங்கர் பிரசாத் நேற்று பாராளுமன்றத்தில் முழங்கியிருக்கிறார்.

அய்யப்பனை தரிசிக்க இந்துப் பெண்களுக்கு கிடைக்காத நீதி!

புராண காலத்தில் தசரதன் அந்தப்புரத்து கொத்தடிமைகளுக்கு கிடைக்காத நீதி! சீதை தீக்குளித்தபோது உறங்கத் தொடங்கிய நீதி இது!

ராமர் பாலம், அய்யப்பன் கோவிலை இபிகோவால் அசைக்கமுடியாது.

ஏனெனில், அவை ஐதீகம், சாஸ்திரம், சம்பிரதாயம், மரபு, வெகுமக்கள் நம்பிக்கை!

மதச்சார்பற்ற இந்தியாவில் இபிகோவைவிட உயர்ந்தது மனு நீதி! ஷரியத்தோ பிற்போக்கு சட்டங்களின் தொகுப்பு.

இந்தியாவில் ஒரு சதவீதத்துக்கும் குறைவாகவே தலாக் நிகழ்கிறது. ஆனால் அதை ஒரு தேசிய முக்கியத்துவமான பிரச்சனைபோலக் காட்டி மோடி அரசு முத்தலாக் சட்டத்தைக் கொண்டுவந்துள்ளது.

ஏதோ ஆண்கள் விவாகரத்து கேட்கும் தலாக் மட்டும்தான் ஷரியத்தில் உள்ளதுபோல இந்துத்துவாவாதிகள் பரப்பி வருகின்றனர். பெண்கள் விவாகரத்து உரிமையைப் பெறுவதற்கான குலா சட்டமும் ஷரியத்தில் இருக்கிறது.

திருமணம் எனும் சமூக ஒப்பந்தம் ஒரு பண்பாட்டு நடைமுறை. ஆனால் விவாகரத்தை ஒரு கிரிமினல் நடவடிக்கையாக மாற்றுகிறது முத்தலாக் சட்டம்.

முத்தலாக் சட்டம் இஸ்லாம் பெண்ணுக்கு நீதியைத் தரவில்லை. மாறாக முஸ்லீம் ஆணுக்கு சிறைதண்டனையைத் தருகிறது.

இஸ்லாமியப் பெண்கள் தலாக் கேட்கும் கணவனோடு இணைந்து வாழவே விரும்புகிறார்கள். ஆனால் முத்தலாக்கோ கணவனைப் பிரித்து சிறைக்கு அனுப்புகிறது. இதன் மூலம் குழந்தை வளர்ப்பு, குடும்பச் செலவு என எல்லா பாரங்களையும் இஸ்லாம் பெண்கள் தலையில் சுமத்துகிறது!

தலாக் கேட்க நிறைய நிபந்தனைகள் இருக்கின்றன ஷரியத்தில். மூன்று முறை தலாக் சொல்வதற்கு இடையே சீரான இடைவெளி பேணப்படுகிறது. கர்ப்பிணிப் பெண்களிடம் தலாக் சொல்ல முடியாது! இத்தகைய பாதுகாப்பை தலாக் தன்னிடம் வைத்திருக்கிறது.

முழுமையாகப் புரிந்து கொண்டால், முத்தலாக் சட்டம் முஸ்லீம் பெண்கள் மீது பரிவு கொண்டு உருவாக்கப்பட்ட சட்டமல்ல, இஸ்லாம் சமூகத்தின் மீதுள்ள வெறுப்பால் எழுந்த சட்டம்.

அவர்களது அடையாளங்களை, நம்பிக்கைகளைத் தகர்க்கும் சட்டம்.

ஓபிஎஸ் மகன் போன்ற அடிமை வம்சத் தோன்றல்கள் இதை ஆதரிக்கலாம். மதச்சார்பின்மையை விழியாகக் கொண்ட தமிழகம், ஒருபோதும் ஆதரிக்காது!

2019 தேர்தலில் வென்ற முஸ்லீம் வேட்பாளர்கள்!

கடந்த ஏப்ரலில் இந்தியப் பாராளுமன்றத்தில் முஸ்லீம் எம்.பி க்களின் எண்ணிக்கை குறித்து எழுதியிருந்தேன்.

இந்திய மக்கள் தொகையில் முஸ்லீம்கள் 17.22 கோடி உள்ள போதும் (14.2 %). இவ்வெண்ணிக்கை அடிப்படையில் கிடைக்க வேண்டிய 75 இஸ்லாமிய எம்.பிக்கள் இந்திய நா.மன்றத்தில் அமர்ந்ததில்லை எனக் கவலைப்பட்டிருந்தேன்.

கடந்த நாடாளுமன்றத்தில் 23 முஸ்லீம் உறுப்பினர்களே இருந்தனர்! என்றும் சுட்டிக்காட்டியிருந்தேன். சரி, 2019 நாடாளுமன்றத்தில் எத்தனை முஸ்லீம் உறுப்பினர்கள்? என்று பார்ப்போம்.

கடந்த ஆண்டைவிட சிறிதே இவ்வெண்ணிக்கை அதிகரித்திருக்கிறது. இம்முறை இந்தியப் பாராளுமன்றத்திற்கு 27 முஸ்லீம் உறுப்பினர்கள் சென்றுள்ளனர்.

இதில் ஒருவர்கூட பா.ஜ.க வைச் சேர்ந்தவர்கள் அல்லர். பா.ஜக 3 முஸ்லீம் வேட்பாளர்களை காஷ்மீரிலும், 2 பேரை மே.வங்கத்திலும்,ஒருவரை லட்சத் தீவிலும் நிறுத்தியது. இவர்களில் ஒருவர்கூட வெற்றிபெறவில்லை.

இம்முறை 12 முஸ்லீம் எம்பிக்கள் உ.பியிலிருந்தும், மே.வங்கத்திலிருந்தும் தேர்வாகி இருக்கின்றனர்.

இதில் ஐந்துபேர் திரிணாமுல் காங்கிரஸ் கட்சியின் பிரதிநிதிகள். ஒருவர் காங்கிரஸ். இவை மே.வங்க முஸ்லீம் எம்பிக்களின் எண்ணிக்கையாகும்.

பி.எஸ்.பி சார்பாக உ.பி யிலிருந்து அஃப்சல் அன்ஸாரி காஸிப்பூரிலிருந்தும், ஃபாஸ்லர் ரஹ்மான் ஷரண்பூரிலிருந்தும், டேனிஷ் அலி அம்ரோஹாவிலிருந்தும் தேர்வாகியிருக்கின்றனர்.

அதே உ.பியில் சமாஜ்வாடி ஜனதா கட்சியைச் சேர்ந்த அஸம் கான், ஷஃபிக் ரெஹ்மான், எஸ்.டி.ஹஸன் போன்றோரும் நாடாளுமன்றம் சென்றுள்ளனர்.

இதுவன்றி ஜம்மு காஷ்மீரிலிருந்து 3 எம்பிகளும் பீகாரிலிருந்து 2 பேரும், கேரளாவிலிருந்து 3 பேரும் அஸ்ஸாமிலிருந்து 2 பேரும், லட்சத்தீவு, பஞ்சாப், தமிழகத்திலிருந்து தலா ஒருவரும் தேர்வாகியுள்ளனர்.

இதுவன்றி All India Majlis—e—Itthadul Muslimeen பார்ட்டியின் தலைவர் அசாதுதீன் அவைஸி ஹைதராபாத்திலிருந்தும், அதே கட்சியைச் சேர்ந்த இமித்தாஸ் ஜலீல் அவுரங்காபாத்திலிருந்தும் தேர்வாகியிருக்கின்றனர்.

இது தவிர்த்து பிற மாநிலங்களில் இஸ்லாம் பிரதிநிதித்துவம் இல்லை என்பது கவலையளிக்கிறது.

இந்திய நாடாளுமன்ற வரலாற்றில் 1980 இல் நடந்த தேர்தலில்தான் அதிக அளவாக 49 முஸ்லீம் உறுப்பினர்கள் இருந்துள்ளனர்.

நமது நாட்டின் பெருமையென்பது மதச்சார்பின்மையும், வேற்றுமையில் ஒற்றுமையுமே!

ஆனால் பிஜேபி எழுச்சிபெறுகிற போதெல்லாம் இச்சிறப்பு அம்சத்திற்கு பங்கம் ஏற்படுகிறது.

மீண்டும் முத்தலாக், மாட்டிறைச்சி சாப்பிட தடை, எனப் பல இன்னல்களை நாடு எதிர்கொள்ளலாம்.

நகரங்களின் இஸ்லாம் பெயர்கள் மாற்றப்படுவது தொடரலாம். இஸ்லாமிய வரலாற்று அடையாளங்கள் அழிக்கப்படலாம். பாடநூல்களில் இசுலாமிய வரலாறுகள் திரிக்கப்படலாம்.

இம்முறை இவற்றையெல்லாம் தடுத்துப் போராடுவதில் தமிழகப் பிரதிநிதிகள் கவனம் செலுத்துவார்கள் என நம்புவோம்!

வைரஸுக்கு ஏது மதம்?

உயிர் குறித்த அச்சத்தின் விளைவாகத் தோன்றியதே கடவுள். கடவுளுக்கு அடுத்ததாக மருந்து தோன்றியது. இன்றும் மருத்துவமனைகளில் கடவுளின் சிலைகள், படங்கள் இருக்கவே செய்கின்றன.

இப்படி மருத்துவம் தொடக்கத்தில் மதத்தோடு இணைந்து இருந்தது. பின்னரே அது அறிவியலாக வளர்ந்தது!

இந்தியாவில் ஆயுஷ் என்றொரு அமைச்சுத் துறை இருக்கிறது. இந்திய பாரம்பரிய மருத்துவங்களான ஆயுர்வேதம், யோகா, நேச்சுரோபதி, யுனானி, சித்தா மற்றும் ஹோமியோபதியை உள்ளடக்கிய துறை.

ஆனாலும் இன்றுவரை நவ மருத்துவத் தேடலற்று சாம்பிராணியையும், கோமியத்தையும் பேசிக்கொண்டிருக்கிறது.

(சீனாவில் கொரோனா தொற்று ஆரம்பித்ததும் ஹூபே மாநிலத்துக்கு 2500 பாரம்பரிய மருத்துவர்களை அனுப்பியது சீனா. ஆனால் கொரோனா இந்தியாவுக்கு வந்த புதிதில் அதற்கு மருந்து சொல்கிறேன் என ஆயுஷ் ஒரு பதிவு போட்டது. அந்தப் பதிவை எல்லோரும் கழுவி ஊற்றினார்கள். வெட்கமில்லாமல் நீக்கியது ஆயுஷ்)

தமிழர்களும் தங்கள் பாரம்பரிய சித்த வைத்திய மரபை தொலைத்து விட்டார்கள். அதில் எந்தப் புதிய வளர்ச்சியும் இல்லை.

உலகின் பழமையான மருத்துவப் பாரம்பரியங்களை எகிப்து, சீனா, கிரேக்க நாடுகள் கொண்டிருந்தன. இதற்கு இணையானதே தமிழர்களுடைய தொல்மருத்துவமான சித்த மருத்துவம்.

பழங்குடிகள் எனக் கருதப்பட்ட செவ்விந்தியர்களிடம் கூட வளமான மருத்துவ அறிவு இருந்தது.

அலோபதிக்கு சொந்தம் கொண்டாடுகிற ஐரோப்பிய சமூகம் பிளேக்குக்கு கடுமையான விலை தந்தது. இரண்டு நூற்றாண்டுகள்

ஐரோப்பாவை தொற்று நோயின் இருள் மூடியிருந்தது.

medicine என்று சொல்கிறோமே, அது ars medicina என்ற லத்தீன் சொல்லிலிருந்து கடன் வாங்கப்பட்டது.

இன்று அமெரிக்கா முஸ்லீம்களை பிற்போக்காளர்களாகக் காட்ட முயல்கிறது.

ஆனால் அன்று பிளேக் ஐரோப்பாவைத் தாக்கியபோது அரேபிய நாடுகள் பாதுகாப்பாக இருந்தன. அரேபிய சமூகம் மருத்துவ அறிவுடைய சமூகமாகத் திகழ்ந்தது.

கடல்வழிப் பயணத்தால் கிரேக்கம், சீனம், தமிழகம் இவற்றோடு மருத்துவ உறவு கொண்டவர்களாக அரேபியர்கள் இருந்தார்கள்.

அவிசென்னா, அபுல்காசி, அவென்சா, நாபிஸ், அவோரஸ் போன்ற அரேபிய மருத்துவ அறிஞர்கள் மருத்துவத் துறைக்கு சிறப்பான வகையில் பங்களிப்பு செய்திருந்தனர்.

ரேஸஸ் என்பவர் குழந்தை மருத்துவத்தின் தந்தையாக அழைக்கப்பட்டார்.

ஐரோப்பிய சமூகம் உடலுக்கு மருந்து அளிப்பதை, கடவுளுக்கு எதிரான செயலாகக் கருதியது. நோயாளியை, கடவுளால் கைவிடப்பட்டவராகப் பார்த்தது.

அரேபிய சமூகமோ ஆன்மாவைப்போல உடலையும் பேண வலியுறுத்தியது.

உலகின் முதல் மருத்துவமனை மதீனாவில் ட்ரன்ச் போரின் போது கட்டப்பட்டது.

அல்பிரூனி போன்றவர்கள் மருந்துக்கடைகள் குறித்து எழுதியுள்ளார்கள்.

Paradise of Wisdom எனும் உலகின் முதல் மருத்துவ என்சைக்ளோபீடியாவை எழுதியவர் அலி இப்னூ சால் எனும் பாரசீக இஸ்லாமிய அறிஞர்.

அலி இப்னு அல் அப்பாஸ் அல் மஜூஸித் என்பவர் கிபி 9 ஆம் நூற்றாண்டில் 'Complete Book of the Medical Art' என்ற மருத்துவ நூலை எழுதினார்.

கிதாப் அல் ஜாட்தாரி வா ல் ஹஸ்பா, அம்மை நோய்களை ஆய்வு செய்தார்.

அர்ராஸி எனும் மருத்துவ அறிஞர் 'மருத்துவக் கலைக்களஞ்சியம்' என்ற நூலை எழுதியுள்ளார். இது 12 பாகங்கள் கொண்டது.

இந்நூலில் பெண் மருத்துவம், கண் மருத்துவம் அனைத்தும் விவரிக்கப்பட்டுள்ளன.

அலி இப்னு ஸீனா எனும் மருத்துவர் The Canon of Medicine என்ற நூலை எழுதினார். இது 17 ஆம் நூற்றாண்டு ஐரோப்பிய மாணவர்களுக்கு பாடமாக இருந்தது.

ரபீதா என்ற ஸஹாபிப் எனும் இசுலாமியப் பெண்மணிதான் போர்க்களத்தில் பணியாற்றிய முதல் செவிலி.

இஸ்லாம் சமூகத்தினர் உயர்ந்த மருத்துவ அறம் உடையோராகத் திகழ்ந்தார்கள். மருத்துவம் பார்த்ததற்கு அவர்கள் காசு வாங்கவில்லை. மாறாக சொஸ்தமாகித் திரும்பியவர்களுக்கு காசு கொடுத்தார்கள்.

உலகின் இன்றைய நிலை என்ன?

அமெரிக்கா குளிரூட்டப்பட்ட லாரிகளில் கொரோனாவில் இறந்தவர்களை குப்பை அள்ளுவதுபோல் எடுத்துச் சென்று எரிக்கிறது.

இத்தாலி, ஸ்பெய்ன் போன்ற ஐரோப்பிய நாடுகளின் மரணக் கணக்குகள் உலகை அச்சுறுத்துகின்றன.

இப்போதும் அரேபிய நாடுகளில் ஒப்பீட்டளவில் கொரோனா பாதிப்புகள் குறைவு.

இவற்றையெல்லாம் இப்போது ஏன் கூற வேண்டியுள்ளது?

தப்லுக் ஜமா அத் மாநாட்டை முன் வைத்து இஸ்லாமியர்களை பழமையாளர்களாக, மருத்துவ அறிவு அற்றவர்களாக காட்ட இந்தியா எத்தனிக்கிறது.

உண்மையில் அந்த மாநாட்டின் வழி கொரோனா தொற்று ஏற்பட்டிருந்தால், கலந்துகொண்டவர்களை தனிமைப்படுத்தட்டும். சிகிச்சை அளிக்கட்டும்.

ஆனால் பிற கொரோனா தொற்று உடையவர்களை நோயாளிகளாகவும், இஸ்லாமியர்களை மதமாகவும் காட்டுகிற செயல்தான் கண்டிக்கத்தக்கது.

எனக்குத் தெரிந்து, வேண்டிக் கொண்ட இந்து நோயாளிகள் குணமடைந்தால், குணமடைந்த உறுப்பைப்போல வெள்ளியால் செய்து வேளாங்கன்னிக் கோயிலுக்கு காணிக்கை செலுத்துகிறார்கள்.

நோயுற்றோர் யாரும் மதம் பார்ப்பதில்லை.

தாயத்து என்ற சொல் தாய் + அத்து என்ற அர்த்தமுடையது.

குழந்தையைக் காக்கும் காப்பை முதலாவதாகத் தாய் கட்டுவது. பெரும்பாலான இந்து தாய்கள், முஸ்லீம் மதகுருமார்களிடமிருந்தே இதை அணிவிக்கிறார்கள்.

வைரஸ் என்பது ஒரு அறிவியல் விளைவு. இந்தியாவின் வலதுசாரி மூளையோ அதை மதத்தோடு தொடர்பு படுத்துகிறது.

அதன் வழி தனிமைப் படுத்துதலுக்குள் ஒரு நுணுக்கமான தனிமைப்படுதலை இசுலாமிய சமூகத்துக்கு தண்டனையாக வழங்குகிறது.

மருத்துவம் குறித்த நெடிய பாரம்பரிய அறிவு கொண்டது இஸ்லாம். ஆனால் ஒரு கிருமிக்கு தொப்பி மாட்டிவிட இந்தியா முயல்வது சரியா? என்பதே நம் ஆதங்கம்!

பிஜேபி vs இசுலாமியர்கள்

இந்தியாவில் தலித்துக்களைவிடக் கீழாக ஒரு சமூகம் இருக்கிறதென்றால் அது இஸ்லாம் சமூகமாகத்தான் இருக்கமுடியும். இஸ்லாமியர்களை முரடர்களாக, முட்டாள்களாக, தேசப்பற்று அற்றவர்களாக, நமது டிவி, சினிமா போன்ற பண்பாட்டு நிறுவனங்கள் காட்டி வந்திருக்கின்றன.

மிகப்பெரிய சிறுபான்மைச் சமூகமான இஸ்லாம் சமூகம், மிகுந்த மனநெருக்கடிக்கு உள்ளாகியிருக்கும் காலமிது. அவர்கள் எதையும் மனம் திறந்து வெளிப்படையாகப் பேசமுடியாத நிலை இருக்கிறது. குறிப்பாக பிஜேபி எழுச்சி அடைகிறபோதெல்லாம் இஸ்லாமியர்கள், சமூகம், பண்பாடு, அரசியல் ரீதியாக பின்னடைவைச் சந்திக்கிறார்கள்.

மன்மோகன்சிங் அரசு சச்சார் கமிட்டி பரிந்துரைகளை நிறைவேற்ற முயற்சி செய்தது. தேசிய பன்மை ஆணையம், சிறுபான்மை அமைச்சகம் போன்றவை உருவாக்கப்பட்டன. ஆனால் மத்தியில் ஆட்சி மாற்றம் ஏற்பட்டபோது, மீண்டும் முஸ்லீம்களுக்கு முத்தலாக், மாட்டிறைச்சி சாப்பிட தடை, எனப் பல இன்னல்கள்.

நகரங்களுக்குரிய இஸ்லாம் பெயர்கள் மாற்றப்பட்டன. இஸ்லாமிய வரலாற்று அடையாளங்கள் அழிக்கப்பட்டன. பாடநூல்களில் இசுலாமிய வரலாறுகள் திரிக்கப்பட்டன.

இந்தியாவின் அதிகார வர்க்கமான ஐ.ஏ.எஸ், ஐ.பி.எஸ், ஐ.எஃப். எஸ் போன்றவற்றில் இஸ்லாம் பிரதிநிதித்துவம் மிகக்குறைவு. இந்நிலையில் நடைபெற இருக்கும் பாராளுமன்றத் தேர்தலில் போட்டியிடும் முஸ்லீம் வேட்பாளர்களின் எண்ணிக்கையும் மிகக் குறைவாகவே இருக்கிறது.

எப்போதெல்லாம் மக்களவையில் பிஜேபி அதிக இடம் பெறுகிறதோ அப்போதெல்லாம் இஸ்லாமியப் பிரதிநிதித்துவம் குறைகிறது. இந்திய வரலாற்றில் மோடி காலத்தில்தான் குறைவான எண்ணிக்கையில் முஸ்லிம் எம்பிகள் தேர்ந்தெடுக்கப்பட்டிருந்தனர்.

இந்திய மக்கள் தொகை 121.09 கோடி (2015 கணக்கெடுப்பு). இதில் இந்துக்கள் 96.63 கோடி (79.8 %), முஸ்லிம் கள் 17.22 கோடி (14.2 %). இந்தியப் பாராளுமன்ற உறுப்பினர்களின் எண்ணிக்கை 545. மக்கள் தொகை அடிப்படையில் பார்த்தால் குறைந்தது 75 இஸ்லாமிய எம்.பிக்கள் இருந்திருக்க வேண்டும். ஆனால் இருந்ததோ வெறும் 23 இசுலாமிய உறுப்பினர்களே!

நடைபெறும் தேர்தலிலும் இசுலாமியர்களுக்கு அநீதியே நிகழ்ந்திருக்கிறது. மதச்சார்பின்மையில் அக்கறையுடைய காங்கிரஸ், சமாஜ்வாடி ஜனதா, பகுஜன் சமாஜ் பார்ட்டி போன்ற கட்சிகள் இஸ்லாம் வேட்பாளர்களை மிகக்குறைவாகவே நிறுத்தியிருக்கின்றன.

இசுலாமியர்களுக்கு தனி ஒதுக்கீடு அளித்தவர் கலைஞர். திமுகவோ ஒரு இசுலாமிய வேட்பாளரைக்கூட நிறுத்தாதது ஏமாற்றமே.

காங்கிரஸ், திமுக போன்றவற்றிற்கு இந்து விரோதக் கட்சிகள், என்ற அழுத்தத்தைத் தொடர்ந்து பிஜேபி கொடுத்து வருவதால், இக்கட்சிகளுக்கு நாங்கள் இந்துக்களின் விரோதிகளில்லை என்பதை நிரூபிக்க வேண்டிய நெருக்கடி ஏற்படுகிறது!

ஆகவே, இத்தேர்தலில் எதிர்க்கட்சிகளும் போதுமான அளவு இசுலாமியர்களது பிரச்சனைகளைப் பேசாமலும் மௌனம் சாதிக்கின்றன. இந்தத் தேர்தலில் பெருமளவு இஸ்லாமிய வாக்காளர்களின் பெயர்களும் காணாமல் போயிருக்கின்றன.

ஒரு சமூகத்தின் ஒட்டு மொத்த வளர்ச்சி என்பது, பலதரப்பட்ட அடையாளங்களுடைய குழுவினரும் இணைந்து பங்களிப்பை செலுத்துவதின் மூலமே நிகழக்கூடியது. அவ்வகையில் இசுலாமியர்களுக்கான பாராளுமன்ற பிரதிநிதித்துவம் குறையும்போது, ஒருங்கிணைந்த இந்திய வளர்ச்சி எவ்வாறு சாத்தியமாகும்? என்பதைச் சிந்திக்க வேண்டும்.

அமையப்போகும் காங்கிரஸ் தலைமையிலான கூட்டணி அரசு, இசுலாமிய சமூகத்தின் மன அழுத்தத்தைச் சரி செய்யும் நடவடிக்கைகளில் முனைப்பு காட்டவேண்டும். குறிப்பாக, சச்சார் கமிட்டி பரிந்துரைகளை மீளாய்வு செய்வது அவசியம்!

திராவிட இயக்கங்களும் இசுலாமியர்களும்!

இந்தமுறை திமுக வென்றதற்கு தமிழக முஸ்லீம்களின் பேராதரவும் ஒரு காரணம்.

திராவிட இயக்கங்களுக்கும் இசுலாமிய அரசியலுக்கும் நீண்ட நெடுங்காலமாக நெருக்கமான உறவு இருந்து வருகிறது.

திராவிட இயக்கங்களின் தொடக்கமாகக் கருதப்படுகிற நீதிக்கட்சி, முஸ்லீம்களை திராவிடர்களாக வரையறை செய்தது.

அப்போதிருந்த இரட்டை ஆட்சி முறையில், நீதிக்கட்சியின் மந்திரி சபையில் சர் சையத் உஸ்மான் அமைச்சராக இருந்தார்.

திராவிடர் கழகத் தலைவர் பெரியார் இசுலாமிய பிரச்சனைகளில் கவனம் செலுத்தினார். அவரது இந்தி எதிர்ப்பு போராட்டத்தில் பெருவாரியான இசுலாமியர்கள் கலந்து கொண்டார்கள்.

பெரியாரைத் தொடர்ந்து அண்ணாவும் இசுலாமியர்களின் பேரன்பைப் பெற்ற தலைவராக விளங்கினார். அவரது ஆட்சியில் சாதிக் பாட்சா அமைச்சராக பதவி வகித்தார்.

அண்ணா காலத்தில் மிலாது நபி விழாக்கள் அரசியல் விழாக்களாக கொண்டாடப்பட்டன. அப்படி ஒரு மிலாதுநபி விழாவில்தான் அண்ணா கலைஞரைக் கண்டெடுத்தார்.

திமுகவில் சிறுபான்மை அணி அமைப்பது குறித்து ஆலோசிக்கப்பட்டது. நம்மோடு காயிதேமில்லத் கூட்டணியில் இருக்கும்போது இது தேவை இல்லை என்றார் அண்ணா.

அண்ணாவுக்குப் பிறகு கலைஞர் இசுலாமியர்களுக்கு பல்வேறு சலுகைகளை வழங்கினார். பிற்படுத்தப்பட்டோர் பட்டியலில் முஸ்லீம்களை சேர்த்தார். மிலாதுநபிக்கு விடுமுறை அறிவித்தார்.

இப்படித் திராவிட இயக்கத்துக்கும் முஸ்லீம்களுக்கும் உள்ள தொடர்பை சொல்லிக் கொண்டே போகலாம்.

திமுகவைத் தொடர்ந்து ஆதரிக்கும் முஸ்லீம் சமூகத்துக்கு கடந்த பாராளுமன்ற தேர்தலில் அது பிரதிநிதித்துவம் அளிக்காதது ஏமாற்றமளித்தது.

இந்தமுறை திமுக சார்பாக ஆவடி நாசர், செஞ்சி மஸ்தான் மற்றும் பாளையங்கோட்டை அப்துல் வஹாப் ஆகிய மூவர் வென்றுள்ளார்கள்.

அண்ணா மந்திரி சபையில் அண்ணாவைச் சேர்த்து 10 பேர் இருந்தனர்.

அதில் ஒருவர் முஸ்லீம். இம்முறை திமுக மந்திரிசபையில் இரண்டு இசுலாமியர்களுக்காவது பிரதிநிதித்துவம் வழங்குவதுதான் சமூகநீதியாக அமையும்.

இங்கு பிஜேபி நுழையக்கூடாது என்பதில் உறுதியாக நிற்பவர்கள் இசுலாமியர்களே. உபியில் 4 கோடி முஸ்லீம்கள். தமிழகத்தில் உத்தேசமாக 50 லட்சம் இசுலாமியர்கள் இருப்பார்கள்.

உபி முஸ்லீம்களின் வாழ்க்கைத் தரத்தை ஒப்பிட தமிழக முஸ்லீம்களின் வாழ்நிலை எவ்வளவோ பரவாயில்லை. அதற்கு திராவிட இசுலாமிய நட்பு அரசியலே முக்கிய காரணம்.

சனாதன எதிர்ப்பு அரசியல் வெறும் கொள்கையளவில் அமைந்தால் போதாது. அதை நடைமுறைப்படுத்த வேண்டிய அவசியம் இருக்கிறது.

ஸ்டாலின் நடைமுறைப்படுத்துவார் என நம்புவோம்!

ஆம்ஆத்மியின் இசுலாம் பாசம்!

நாங்கள் இடதுமில்லை. வலதுமில்லை.

நாங்கள் எந்த சித்தாந்தங்களுக்கும் தாலிகட்டிக் கொண்டவர்கள் கிடையாது! என்றவர்தான் அரவிந்த் கெஜ்ரிவால்.

வட இந்தியாவின் 'மய்யம்' ஆம் ஆத்மி.

நாட்டின் துயரங்களுக்குக் காரணம் தனியார்மயம், தாராளமயம், கார்ப்ரேட்மயம். ஆனால் கெஜ்ரிவால் போன்றவர்களோ லஞ்சம், ஊழல்! என்பவர்கள்.

ஃபோர்ட் பவுண்டேஷனின் நிதியிலிருந்து தொடங்கப்பட்ட என்.ஜி.ஓ தான் ஆம் ஆத்மி கட்சியாக பரிணாமம் பெற்றது.

கார்ப்ரேட்மயம் சக்கையாகப் பிழிந்த அசதியில் களைத்துக் கிடக்கிறார்கள் அடித்தட்டு மனிதர்கள். அவர்கள் விரலை வெட்டி அவர்களுக்கே சூப் தயாரித்துக் கொடுப்பதுதான் இலவச வாக்குறுதிகள்.

கார்ப்ரேட்மயத்தால் வீழ்ச்சி அடைந்திருக்கும் அடித்தட்டு மக்களை ஏமாற்றுவதற்கென்றே, அமெரிக்காவால் பயிற்சி அளிக்கப்பட்ட paid அரசியல் ஆலோசகர்கள் கண்டுபிடித்த இலவச வாக்குறுதிகளை அள்ளிவிட்டு பஞ்சாப்பில் வென்றது ஆம் ஆத்மி.

கடந்த குஜராத் சட்டமன்றத் தேர்தலில் பா.ஜ.கவைவிட 4% வாக்குகளையே குறைவாகப் பெற்றிருந்தது காங்கிரஸ் கட்சி.

மோடி, அமித்ஷாவின் சொந்த மாநிலம் குஜராத். அங்கு, பாஜக வெல்வது தங்களுடைய கவுரவம் சம்பந்தப்பட்டதாக, இருவரும் கருதுகிறார்கள்.

நேற்றுதான் தேர்தல் கமிஷன், குஜராத் சட்டசபை தேர்தல் தேதியை (டிச 1, 5) அறிவித்தது. இந்நிலையில் இன்று ஆம் ஆத்மியின், முதல்வர் வேட்பாளராக இசுடான் காட்வி அறிவிக்கப்பட்டுள்ளார். இவர் ஓர் இசுலாமியர்.

ஆம்ஆத்மி மதச்சார்பற்ற தன்மையுடைய கட்சி ஒன்றும் இல்லை.

சமீபத்தில்கூட, ரூபாய் நோட்டில், ஒரு பக்கம் மகாத்மா காந்தியின் புகைப்படமும், மறுபுறம் லட்சுமி தேவி மற்றும் விக்ன விநாயகரின் புகைப்படமும் இருக்க வேண்டும் என்றும்! என்று கூறியவரே அர்விந்த் கெஜ்ரிவால்.

அப்படி அச்சிட்டால்,இந்தியாவுக்கு கடவுள்களின் ஆசீர்வாதம் கிடைக்கும் என்றார் அரவிந்த் கெஜ்ரிவால்.

குஜராத், வதோதராவில் நடந்த பேரணியில் 'ஜெய் ஸ்ரீராம்' என்று முழக்கமிட்டார் கெஜ்ரிவால்.

நான் அனுமனின் சீடன்.

ஜென்மாஷ்டமி நாளில் பிறந்தேன்.

'குஜராத்தில் ஆட்சிக்கு வந்தால், அயோத்தி ராமர் கோயிலுக்குச் சென்று தரிசனம் செய்ய விரும்பும் மக்களின் முழு செலவையும் ஆம் ஆத்மி அரசு ஏற்கும்!' என்றெல்லாம் பேசினார்.

பாஜக திரௌபதி முர்முரேவை குடியரசுத் தலைவராக்கியது, எப்படி அடையாள அரசியலோ, அப்படி ஓர் அடையாள அரசியலே இசுடான் காட்வியை அர்விந்த்கெஜ்ரிவால் முதல்வராக அறிவித்திருப்பதும்.

காங்கிரசுக்கு செல்லவேண்டிய இசுலாமிய ஓட்டுகளைப் பிரித்து பாஜகவை வெல்ல வைக்கும், மறைமுக இந்துத்வா புரிந்துணர்வு இது.

காஷ்மீரின் சிறப்பு அந்தஸ்து பறிக்கப்பட்டபோது, அதை வரவேற்றது ஆம் ஆத்மி. இசுலாமியர்கள், தலித்துகள், பசுக்கறி பேரில் நாடெங்கும் கொல்லப்பட்டபோது எதிர்ப்பு தெரிவிக்காமல், மௌனம் சாதித்தது ஆம் ஆத்மி.

இக்கட்சி ஒரு போதும் பாஜகவுக்கு மாற்று ஆகிவிடாது. இதை குஜராத் இசுலாமியர்கள் புரிந்துகொள்வார்கள் என்றே நம்புகிறேன்!

பழி துடைப்போம்!

ஒரு வேலையாக அலைந்து கொண்டிருந்தேன். இரவு 11க்குதான் வீடு திரும்பினேன்.

நாட்டு நடப்பை அப்டேட் செய்தபோது மாணவி ஃபாத்திமா லத்தீப் தற்கொலை (?) செய்தி. இரவு ஒரு மிருகம்போல் என்னைக் கவ்வியிருந்தது.

காந்தியும் நேருவும் பிறந்த இந்தியாவுக்கு என்ன ஆயிற்று? 'பட்ட காலிலேயே படும்' என்று எங்கள் கிராமத்தில் சொல்வார்கள். சமீப காலமாக இஸ்லாம் சமூகத்தின்மீது இந்து ஃபாஸிஸம் செலுத்தும் வன்முறை சகிக்க முடியா வண்ணம் இருக்கிறது.

ஃபாத்திமா லத்தீபின் அம்மா கூறியதைப் படித்தேன். 'தன் பெண்ணுக்கு பனாரஸில் இடம் கிடைத்தபோதும் பாதுகாப்பான நகரம் என்பதால் சென்னை ஐஐடியில் சேர்த்தேன்!' என்கிறார்.

சென்னை பாதுகாப்பான நகரம்தான். ஐஐடி பாதுகாப்பான இடமா? சென்னை பாதுகாப்பான நகரம். ஆனால் யாருக்கு பாதுகாப்பானது? கேள்வி எழும்புகிறது.

இதுவரை ஐஐடியில் ஐந்து பேர் இறந்திருக்கிறார்கள். குறிப்பாக, ஆறு ஆண்டுகால பிஜேபி ஆட்சி காலத்தில் ரோஹித் வெமுலா தொடங்கி தலித் மாணவர்கள், மற்றும் சிறுபான்மையினரின் மரணம் அதிகரித்திருக்கிறது.

ஃபாத்திமா அம்மா சொல்லும் குற்றச்சாட்டு, தன் மகள் முஸ்லீமாக இருப்பதே இந்த மரணத்துக்குக் காரணம் என்கிறார். ஒரு முஸ்லீம் மாணவி கல்வியில் முதலிடம் பெறுவதா? எனும் வெறுப்புணர்வில், பேராசிரியர்கள் அளித்த மன நெருக்கடி காரணமாகவே தன் மகள் இறந்திருப்பதாக தெரிவிக்கிறார்.

முஸ்லீம் பெண்கள் பற்றி இந்திய மையச் சமூகத்தில் ஒருவித தவறான கருத்து நிலவுகிறது. முஸ்லீம்கள் பிற்போக்குவாதிகள். கல்வி அறிவற்றவர்கள். முஸ்லீம் ஆண்கள் தங்கள் பெண்பிள்ளைகளை படிக்கவைப்பதில்லை.

இவையனைத்துமே முஸ்லீம் சமூகம் குறித்து கட்டப்பட்ட கட்டுக் கதைகளே!

உலக அளவில் அறிவியலில் இஸ்லாமிய அறிஞர்களின் பங்களிப்பு மகத்தானது. அவர்களது பங்களிப்பாலேயே இன்றைய ஐரோப்பா அறிவியல் மற்றும் தகவல் தொழில்நுட்பத்தில் முதன்மையாக விளங்கியிருக்கிறது என இங்கிலாந்தைச் சேர்ந்த ராயல் அறிவியல் கழகம் தெரிவிக்கிறது.

நவீன அறிவியலின் முக்கிய சொற்களான, அல்ஜீப்ரா (Al—gebra), அல்கோரிதம் (Algorithm), அல்கலி (Alkali) எல்லாம் அரபி மொழியில் இருந்து வந்தவையே.

அல்ஜீப்ரா இல்லாமல் நவீன கணிதமோ இயற்பியலோ இல்லை. அதேபோல் அல்கோரிதம் இல்லாமல் கணிப்பொறிகள் இல்லை. அல்கலி இல்லையெனில் வேதியியல் இல்லை.

இஸ்லாமியர்கள் அதிகமாக வாழும் 13 நாடுகளின் பெண் அறிவியல் பட்டதாரிகளின் சராசரி, அமெரிக்க சராசரியை (41%) விட மிக அதிகம்.

அல்ஜீரியாவின் அறிவியல் பட்டதாரிகளில் 71% பேர் பெண்கள்.

அதுபோல பஹ்ரைனில் 73% பாலஸ்தீனில் 49% பெண்கள் அறிவியல் பட்டாதாரிகளாகத் திகழ்கிறார்கள்.

ஈரானின் அறிவியல் மற்றும் தொழில்நுட்ப மாணவர்களில் 70% பேர் பெண்கள். சவூதி அரேபியாவின் மாணவர்களில் 58% பேர் பெண்களே!

நிலைமை இப்படி இருக்க, முஸ்லீம் பெண் முதல் மாணவியாக வருவதா? எனச் சிந்திப்பது எத்தகைய பிற்போக்கு மனம்!

சுடிதாரின் கயிற்றைக் கட்டினாலே வலிக்கிறது என லெக்கின்ஸ் அணியும் மகள் தன் சுவாசக்குழாயை உடைத்துக் கொள்வாளா? என அழும் ஒரு இஸ்லாம் தாயின் கண்ணீர் இந்த இரவைச் சுடுகிறது.

இது ஏதோ ஒரு இஸ்லாம் மாணவிக்கு நேர்ந்ததுதானே என ஒரு இந்து அலட்சியமாக இருந்திட முடியாது.

இந்துவாக இருந்தாலும் நீ பிற்படுத்தப்பட்டவன், நீ தலித் என்றால் சம்புகனுக்கும் ஏகலைவனுக்கும் நடந்ததேதான் உன் பிள்ளைகளுக்கும் நடக்கும்!

சென்னை ஐஐடி, புழல் சிறைபோல மர்மமான இருட்டில் இருக்கிறது. அதன் உயர்ந்த மதிற்சுவரை இடித்து, உள்ளே என்ன நடக்கிறது? என்பது வெளிப்படையாகத் தெரியும்படி அதை மாற்ற வேண்டி இருக்கிறது!

சென்னையில் ஐஐடி வரக் காரணமாக இருந்தவர், அப்போது இந்தியாவின் கல்வி அமைச்சராக இருந்த மௌலானா அபுல்கலாம் ஆசாத்.

சென்னை ஐஐடியைத் 1959 இல் திறந்துவைத்தவர். மத்திய அறிவியல் ஆய்வு மற்றும் பண்பாட்டுத்துறை அமைச்சராக இருந்த முனைவர் உமாயூன் கபீர்!

இவர்கள் இருவருமே இஸ்லாமியர்கள். சிறந்த கல்விமான்கள். இந்த ஐஐடியில்தான், நன்றாகப் படித்த காரணத்துக்காக ஒரு இஸ்லாம் மாணவி மரணமடைந்திருக்கிறாள்.

தலித்துக்கள் தங்கள் இழிவு நீங்க இஸ்லாத்தைத் தழுவச் சொன்னவர் பெரியார். இஸ்லாமியரை திராவிட இனம் என்றவர் அண்ணா.

இது தமிழகத்தின்மீது விழுந்த பழி துடைக்கப்பட வேண்டும்!

கரிகாலன் | 53

ஜாமியா – போராட்டமா? வன்முறையா?

இந்தியா வெகுவாக மாறிவிட்டது. அதன் மதச்சார்பின்மை வேடம் கலைந்துவிட்டது. பிஜேபி ஆர்.எஸ்.எஸ் இயக்கங்களிடம் மட்டுமே மதவுணர்வு என்கிற நிலை மாறிவிட்டது.

காஷ்மீர், பாபர் மசூதி தீர்ப்பு, குடியுரிமைச் சட்டத் திருத்தம் போன்ற, மதச்சார்பின்மை, இந்திய அரசியலமைப்பு சட்டம் ஆகியவற்றை குலைக்கும் பல நடவடிக்கைகளுக்கு இந்தியாவின் மாநிலக்கட்சிகள், இடதுசாரிக் கட்சிகள் போன்றவற்றிடமிருந்து மென்மையான, அடையாள அளவிலான எதிர்ப்புகளே எழுந்தன.

இந்நிலையிலேயே, குடியுரிமைச் சட்ட திருத்தத்துக்கு எதிராக வடகிழக்கு மக்களும் மாணவர்களும் தன்னியல்பாக போராடுகிறார்கள்.

இவற்றின் தொடர்ச்சியாக இப்போராட்டத்தில் டெல்லி ஜாமியா மில்லியா மாணவர்களும் இணைந்தனர். மாணவர்களின் போராட்டங்கள் வடகிழக்கு மாநிலங்களைத் தாண்டுவதை அறிந்த உளவுப் பிரிவு இப்போராட்டத்தை வன்முறை வடிவமாக மாற்ற முயல்கிறது.

வாகனங்களை எரிப்பது, பொதுச் சொத்துக்களை சூறையாடுவது போன்ற நிகழ்வுகளில் மாணவர்களல்லாதவரை, போலீசை ஈடுபடுத்தி, பழியை மாணவர்கள் தலையில் சுமத்தியது.

போலீஸ், ஜாமியா பல்கலைக் கழகத்தில் அனுமதியின்றி நுழைந்து மாணவர்களை வேட்டையாடியது.

'பல்கலைக்கழக வளாகத்தில் ஏற்பட்ட சேதங்களை சரிசெய்து வளாகத்தை புதுப்பிக்கமுடியும். ஆனால் மாணவர்களுக்கு நிகழ்ந்ததை நீங்கள் சரிசெய்ய முடியாது' என வருத்தப்படுகிறார் பல்கலைக்கழக துணைவேந்தர் நஜ்மா அக்தர்.

இதைத் தாமாக முன்வந்து விசாரிக்கும் என்று கூறும் உச்சநீதி மன்றம், அதேவேளை 'போராட்டங்கள், வன்முறை சம்பவங்கள் தொடர்ந்தாலோ, அல்லது பொதுச் சொத்துக்கு

சேதாரம் விளைவிக்கப்பட்டாலோ, தாங்கள் இதனை விசாரிக்கப்போவதில்லை.' என்றும் கூறுகிறது.

அமெரிக்க இரட்டைக் கோபுர இடிப்புக்குப் பிறகு போராட்டத்துக்கும் வன்முறைக்குமான அர்த்த இடைவெளி குறுகிவிட்டது.

மதச்சார்பின்மைக்கு எதிரான அரசின் எதேச்சதிகார நடவடிக்கைகளில் அரசியல் கட்சிகள், நீதி அமைப்புகள், ஊடகங்கள் போன்றவற்றை நம்பிப் பயனில்லை.

இப்போராட்டம் தமிழகம் மற்றும் புதுவை மாணவர்களிடமும் தொற்றியுள்ளது.

இன்று ஃபாஸிசம் தன்னை கொடூரமாகக் காட்டிக் கொள்வதில்லை. அது சிவிலியன்களும் ஏற்றுக்கொள்ளுமாறு தனது வடிவத்தைக் குணத்தை மாற்றிக்கொண்டிருக்கிறது.

இந்நிலையில், குடிமக்கள் அதற்கு இயைந்து போகாமல் தங்கள் எதிர்ப்பைக் காட்டுவதற்கு, சமூக வலைத் தளங்கள் மிக உதவியாக இருக்கின்றன.

இரண்டு நாட்களாக அலைச்சல். உறக்கமின்மை. என அவதிப்பட்டதால் என்னால் இது குறித்து எழுத இயலவில்லை.

மற்றபடி மௌனம் சம்மதம் எனப் பொருளில்லை. எதிர்க்கிறோம் அதனால் இருக்கிறோம் என்பதே நமது சித்தாந்தம். போராடும் மாணவர்களுக்கு ஆதரவாக நிற்போம்!

மதம் பிரிக்கிறது தமிழ் இணைக்கிறது!

நேற்றிரவு தூக்கம் பிடிக்கவில்லை. ஒரு காணொலியைப் பார்த்தேன்.

ஹெச்.ராஜாவின் பேச்சு. தஞ்சைப் பெருவுடையார் கோவில் குடமுழுக்கு தமிழில் நடைபெற வேண்டும் என்பதற்கு எதிரான பேச்சு.

இது ஹிந்துக்களுக்கு எதிரானவர்களின் வேலை என வழக்கம்போல பிதற்றியிருந்தார்.

ஜெய்னுலாபுதீன் போன்றவர்கட்கு இங்கு என்ன வேலை? இசுலாமியர் தமிழர்களா? மசூதிகளில் தமிழிலா பாங்கு ஓதுகிறார்கள்? எனக் கேட்டிருந்தார்.

வழக்கம்போல இது ஒரு சொத்தையான வாதம்.

தமிழகத்தில் உள்ள பெரும்பாலான மசூதிகளில் அரபி கற்றோர்களால் குரான் தமிழில் மொழிபெயர்க்கப் பட்டு பயிற்றுவிக்கப்படுகிறது. மசூதிகளின் சுவர்களில் குரான் வாசகங்கள் தமிழில்தான் எழுதப்பட்டிருக்கின்றன.

தொழுகையின்போது மட்டும் மூல மொழியில் குரான் ஓதுவது நடை பெறுகிறது.

இங்குள்ள இசுலாமியர்கள் தமிழர்களே. அவர்கள் பின்பற்றும் மார்க்கமே இஸ்லாம்.

நான் ஆங்கில ஆசிரியன். ஆறு, ஏழு, எட்டாம் வகுப்புகளுக்கு தமிழும் ஆங்கிலமும் ஒரே புத்தகமாக இருக்கும். ஆர்வம் காரணமாக இந்த மூன்று வகுப்பு தமிழ் நூல்களையும் படித்துவிடுவதுண்டு.

இரண்டு நாட்களுக்கு முன் என் கவிதைகளின் தீவிர வாசகரான லோகநாதன் கணேசன் எட்டாம் வகுப்பு தமிழில் ஒரு சந்தேகம் கேட்டிருந்தார்.

அதன் பொருட்டு தமிழ்ப் புத்தகத்தை மீண்டுமொருமுறை புரட்டினேன்.

அப்போது முதலில் தென்பட்டது குணங்குடி மஸ்தான் சாகிபுவின் பராபரக் கண்ணி.

ஹெச்.ராஜா போன்றவர்கள் சொல்லும் பொய்களை நம்புகிற அப்பாவிகளும் இங்குண்டு. ஆனால் உண்மை அவ்வாறில்லை.

இசுலாமியர்கள், கிறித்துவர்கள் தமிழுக்கு ஆற்றிய தொண்டு மகத்தானது. எங்களூருக்கு அருகில் இருக்கும் கோனாங்குப்பம் கிராமத்தில் தங்கிதான் வீரமாமுனிவர் தேம்பாவணி எழுதினார்.

அவரைப் போலவே இஸ்லாமியர்களான உமறுப் புலவர், சதக்கத்துல்லா அப்பா, அப்துல் காதர் நயினார் லப்பை,பிச்சை இபுராகிம் புலவர், முகம்மது கான், அப்துல் மஜீது, முகமது உசேன், கண்ணகுமது மகதூம் முகம்மது, போன்றோரின் தமிழ்த் தொண்டும் மகத்தானது.

இந்த வரிசையில் முக்கியமானவர் குணங்குடி மஸ்தான் சாகிபு. தமிழ் சித்த மரபில் வந்தவர். 18 ஆம் நூற்றாண்டில் தோன்றி இறைத் தமிழ் வளர்த்த தாயுமானவர்க்கு சமகாலத்தவர்.

தாயுமானவர் போலவே பராபரக்கண்ணி, ஆனந்தக் களிப்பு பாடியவர்.

‘கள்ளக்கருத்துகளைக் கட்டோடு அறுத்தவர்க்கு

உள்ளிருக்கும் மெய்ஞான ஒளியே பராபரமே

காசை விரும்பிக் கலங்கிநின்று உன்பாத

ஆசை விரும்பாது அலைந்தேன் பராபரமே

அறிவை அறிவோர்க்கு ஆனந்த வெள்ளமாய்க்

கரையறவே பொங்கும் கடலே பராபரமே

அடக்கத்தம்மாய ஐம்பொறியைக் கட்டி

படிக்கப் படிப்பு எனக்கு

பகராய் பராபரமே’

என்ற பராபரக்கண்ணி வகைப்பாடல்தான் எட்டாம் வகுப்பு பாடத்தில் அமைந்துள்ளது.

கண்ணி என்பது, இரண்டு இரண்டு மலர்களாக

தொடுக்கப்படும் பூமாலை போன்று, இரு இரு சொற்களில் கட்டும் பா மாலை.

சதுரகிரி, புறாமலை, நாகமலை, ஆனைமலை என அலைந்து கடுந்தவம் புரிந்து மெய்ஞானம் அடைந்தவர் சாகிபு.

இவருடைய பித்தநடையும் அற்புத சித்துகளும் இவரை 'மஸ்தான்' என அழைக்க வைத்தது. மஸ்த் எனும் பாரசீகச் சொல்லுக்கு போதை வெறி என்று பொருள்.

இறை போதையுடையவர் என்பதால் 'மஸ்தான்' ஆனார்.

நிராமயக்கண்ணி, அகத்தீசர் சதகம், நந்தீசர் சதகம், ஆனந்தக் களிப்பு என தமிழுக்கு அணிபூட்டிய தமிழ்ப் புலவன் மஸ்தான் சாகிபு!

தமிழகத்தின் சமய ஒற்றுமைக்கு நிறைய உதாரணங்கள் இருக்கிறது. எல்லோரும் ஹெச்.ராஜா போல இருப்பதில்லை. சரவணப் பெருமாளையர் போன்றோரும் இருக்கவே செய்கிறார்கள். மஸ்தானைப் போற்றி அய்யர் நான்மணி மாலை எழுதியிருக்கிறார். ஐயாசாமி எனும் தமிழர் குணங்குடி நாதர் பதிற்றுப் பத்தந்தாதி எழுதியுள்ளார்.

தமிழகம் எல்லா மதங்களையும் மதித்த நாகரீகம் கொண்டது.

கி. பி. ஆறாம் நூற்றாண்டின் இறுதி வரை தென்னிந்தியாவின் மேற்குக்கரைக்கும் கிழக்குக் கரைக்கும் வியாபார நிமித்தம் பயணம் வந்த அரேபியர்களில் கிறிஸ்தவர்கள், யூதர்கள் இருந்தனர்.

பிறகு கி. பி. ஏழாம் நூற்றாண்டின் மத்தியில் அரேபியர்கள் அனைவருமே இஸ்லாத்தில் தீவிர பங்கெடுத்திருந்தனர்.

முகம்மது நபியின் நண்பர்கள் சமயப் பிரச்சாரத்திற்காக உலகின் பல பாகங்களுக்கும் பயணித்தனர். முன்பாக இந்தியாவோடு இருந்த வணிகத் தொடர்போடு மார்க்கத் தொடர்பையும் இணைத்துக் கொண்டனர்.

கி.பி. 629—ல் மலபார் கரையிலுள்ள முசிறியில் முதல் பள்ளிவாசல் கட்டப்பட்டது. இப்போது இது கொடுங்களூர் என அழைக்கப்படுகிறது.

இதன் தொடர்ச்சியாக தமிழகக் கரையெங்கும் தொழுகைப் பள்ளிகள் எழுப்பப்பட்டன.

மதுரை நின்றசீர் நெடுமாறன் என வழங்கப்பட்ட கூன் பாண்டியன், அரபு நாட்டு வணிகர்களுக்கு ஆதரவளித்தான்.

சோழ நாட்டின் தலைநகரான உறையூரிலும் முஸ்லிம் வணிகர்கள் தங்க சோழ மன்னன் உதவினான். அவர்களது வழிபாட்டுத் தலம் உறையூரில் அமைவதற்கு ஆதரவளித்தான்.

திருச்சி கோட்டை இரயில் நிலயத்தில் கி.பி. 734 இல் கட்டப்பட்ட கல்லுப்பள்ளி வழிபாட்டுத்தலம் இன்றும் உள்ளது.

இப்படி இஸ்லாம் தமிழ் உறவு தொன்மை வாய்ந்தது.

இந்து என்றால் சாதியால் மதத்தால் பிரிகிறோம்.

தமிழர் என்றால் சாதி மதம் கடந்து இனத்தால் ஒன்றிணைகிறோம்.

இப்படி இணைய வழிகாட்டியவர்களே தாயுமானவரும், குணங்குடி மஸ்தானும்! இணைந்திருப்போம். மணந்திருப்போம்!

பன்மைச் சமுகமாக வாழ்வது.

இந்தியாவைப் போலவே அமெரிக்கா ஒரு பன்மைச் சமூகம். அங்கும் பல்வேறு, இனத்தைச் சேர்ந்தவர்கள், மதத்தைச் சேர்ந்தவர்கள், தேசத்தைச் சேர்ந்தவர்கள் வாழ்கிறார்கள்.

அங்குதான் ஜார்ஜ் பிளாய்டின் என்கிற ஆயுதம் வைத்திராத கருப்பின சிவிலியனை, ஒன்பது நிமிடங்கள் கழுத்தைக் காலால் மிதித்துக் கொன்றான் வெள்ளைக்கார போலீஸ் டெரெக் சொவின். அந்தக் காணொலி பரவியபோது அமெரிக்கா பற்றிக் கொண்டது. கேப்பிடோல், லிங்கன் நினைவகம், லஃபாயெட்டி, வாஷிங்டன் என அமெரிக்கர்கள் திரண்டு போராடினார்கள்.

போனது ஒரு கருப்பின உயிர் என்று அமெரிக்கர்கள் எண்ணவில்லை. அதை மனித உரிமை மீறலாகப் பார்த்தார்கள். வாழ்வதற்கான உரிமை மறுக்கப்பட்ட செயலாகக் கருதினார்கள். மக்களின் போராட்டத்துக்கு அமெரிக்கா அடிபணிந்தது.

இந்தியாவும் அமெரிக்கா போன்ற பெரிய பன்முக மக்கள் திரளுடைய நாடுதான். ஆனால் இங்கு சிறுபான்மை இஸ்லாமியர்கள், பெரும்பான்மை தலித்துகள் அரசு அதிகாரத்துக்குப் பலியாகும்போது, இத்தகைய பெரிய மக்கள் இணைவு சாத்தியாமாகவில்லை. முஸ்லீம் இழப்புகளுக்கு முஸ்லீம்களும், தலித் இழப்புகளுக்கு தலித்துக்களுமே போராட வேண்டியிருக்கிறது. பன்முகச் சமூகங்களாக வாழ்வதென்பது ஒருவரையொருவர் சகித்து, இணங்கி வாழ்வது மட்டுமன்று. ஒருவர் பாதிக்கப்படும்போது மற்றவர்களும் இணைந்து போராடுவது !

இத்தனைக்கும் இந்திய விடுதலைப் போராட்டத்துக்காக இந்துக்கள், முஸீலீம்கள், சீக்கியர்கள், இந்தியாவில் உள்ள பல்வேறு தேசிய இனங்கள், என இணைந்து போராடிய பாரிய வரலாற்று அனுபவங்கள் நமக்கு இருக்கின்றன.

இன்று இந்தியாவில் உள்ள ஒவ்வொரு சாதிய/ மத/ தேசிய குழுக்களுக்கும் இடையே ஓரளவு இணக்கம் இருக்கிறது. ஆனால் ஒருவர் உரிமைக்காக மற்றவர் போராடுகிற தார்மீக சகோதரத்துவம் குறைந்திருக்கிறது. பாபர் மசூதி, காஷ்மீர் விசயங்களில் இந்தியாவில்

நிலவிய மாபெரும் மௌனம், இத்தகைய சகோதரத்துவத்தின் போதாமையை எடுத்துக்காட்டுகிறது.

ஒரு மதவாத அரசு இந்த மௌனத்தை மிக வசதியாகப் பயன்படுத்திக் கொள்கிறது. வைரஸ் பரவும் மோசமான நெருக்கடி சூழலிலும் மதவாத பாஜக அரசு மாணவ செயல்பாட்டாளர் சஃபூரா சர்க்காரை சிறையில் வைத்திருக்கிறது. சஃபூரா சர்க்கார் ஜாமியாவின் இளம் (27) சமூகவியல் அறிஞர். வயிற்றில் குழந்தையைச் சுமக்கும் கர்ப்பிணிப் பெண். குடியுரிமை சட்டத்தை எதிர்த்துப் போராடிய ஆயிரக்கணக்கான மாணவர்களுள் இவரும் ஒருவர். குடியுரிமை சட்டத்துக்கு எதிராக அமைதியான வழியில் போராடிய குற்றத்துக்காக, பெரிய அளவில் தேசத்தை நோய்த் தொற்று பாதித்துவரும் ஊரடங்கு காலத்தில், சிறையில் அடைக்கப்பட்டிருக்கிறார்.

டெல்லியில் பெண்களோடு இணைந்து சமத்துவமற்ற குடியுரிமைச் சட்டத்துக்கு எதிர்ப்பு தெரிவித்து சனநாயக வழியில் போராடியதை, சட்டவிரோதப் போராட்டம், தேசத்துக்கு எதிரான சதி வேலை என்று கருதுகிறது, காவல்துறையும், நீதிமன்றமும். இதே இந்திய அரசியல் அமைப்புச் சட்டத்தின் பிரிவு 21,'வாழ்க்கை மற்றும் சுதந்திரத்தை பாதுகாக்கும் உரிமை'யை அதன் குடிகளுக்கு வழங்கியருப்பதை இவ்வமைப்புகள் கண் கொண்டு பார்க்க விரும்புவதில்லை.

இத்தகைய அத்து மீறல்களுக்கு சமூகத்தின் மௌனத்தை அடிப்படைவாத அரசு சம்மதமாக எண்ணுகிறது. இதே டெல்லியில் குடியுரிமைச் சட்டத்தை எதிர்த்துப் போராடும் முஸ்லீம்களுக்கெதிராக சங்பரிவார் நடத்திய திரள் வன்முறையை, போலீஸோ கோர்ட்டோ பயங்கரவாதமாகப் பார்க்கவில்லை. மாறாக, தேசபக்தியாகக் கருதியது.

அதேவேளை சர்க்கார், பெண்களோடு இணைந்து நடத்திய அடையாளப் போராட்டம், சாலையை முடக்கும் போராட்டமாக, பயங்கரவாத வடிவமாக கருதப்பட்டு, மூன்று முறை அவருக்கு பிணை மறுக்கப்படுகிறது. இந்தியாவில் நாம் பன்மைச் சமூகமாக இணைந்திருக்கிறோம். பன்மைச் சமூகமாக வாழ, போராட இன்னும் பழக வேண்டியிருக்கிறது!

தேவை - எல்லா கடவுளர்க்கும் சமத்துவ நீதி!

இன்று நவம்பர் 9. நவம்பர் 9 ஐ மற்றவர்களைப்போல் இஸ்லாமியர்களால் எளிதாகக் கடந்துபோக முடியாது. அவர்கள் தங்கள் வழிபாட்டுத் தலத்தை இழந்த நாள் இது.

தங்கள் கடவுளின் முன்னால் அவர்கள் கையறு நிலையில் நின்ற நாள். ராமன் மீண்டும் ஒரு முறை சட்டப்புத்தகங்களின் பின்னால் மறைந்து நின்று நீதியைக் கொன்ற நாள்.

நவம்பர் 9 மட்டுமில்லை. வருடத்தின் ஒவ்வொரு நாளிலும் இந்திய முஸ்லீம்கள், ஏதாவது ஒரு உரிமையை இழந்தவாறே இருக்கிறார்கள். டிசம்பர் 6 இல் பாபர் மசூதியை இழந்தார்கள். ஆகஸ்ட் 5 இல் காஷ்மீர் சிறப்பு அந்தஸ்தை இழந்தார்கள்.

ஜூலை 30 இல் முத்தலாக் சட்டத்தை இழந்தார்கள். இன்னுமொரு ஆகஸ்ட் 5 இல் ராமர் கோவிலுக்கு அடிக்கல் நாட்டப்பட்டபோது தங்கள் கடவுளின் நில உரிமையை நிரந்தரமாக இழந்தார்கள். 2014 க்குப் பிறகு இந்தியாவில் இஸ்லாமியராக வாழ்வதன் வலியை ஒவ்வொரு நாளும் அவர்கள் உணர்கிறார்கள். தமிழகத்திலிருந்து இதை நாம் சரியாக உணரமுடியாது. இது காலம் காலமாக மதச்சார்பின்மையோடு வளர்ந்து பண்பட்ட நிலம்.

‘மதரிங்க எ முஸ்லீம்’ என்ற நூலை ஏரம் என்ற எழுத்தாளர் எழுதினார். இந்தியாவில் சிறு குழந்தைகளிடத்தும் பாஜக, ஆர்எஸ்எஸ் போன்றவை எந்த அளவு இஸ்லாம் வெறுப்பை விதைத்திருக்கிறது என்பதைப் புரிந்துகொள்ள உதவும் நூலிது.

தலைநகர் டெல்லியில் பணக்காரக் குழந்தைகள் படிக்கும் 25 பள்ளிகளில், குழந்தைகளை ஏரம் நேர்காணல் செய்தார். முஸ்லீம் பிள்ளைகளை, ‘பாகிஸ்தானிகள், தீவிரவாதிகள், உங்கள் வீட்டில் வெடிகுண்டு இருக்கும்!’ என மற்ற பிள்ளைகள் டீஸ் செய்வதை ஏரம் இந்நூலில் குறிப்பிடுகிறார். அமெரிக்காவில் பைடன் ‘இன, நிற, மத வெறியாளர்களுக்கு இனி அமெரிக்காவில் இடமில்லை’

'கஜினி முகம்மது – சோமநாதப் படையெடுப்பு – வரலாற்றின் பல குரல்கள்'

தேசிய நினைவு என்று ஒன்று இருக்க முடியுமா? அதுவும் இந்தியா போல பல கலாச்சாரங்கள் உடைய நாட்டில்.

தேசிய உணர்ச்சி என்பது இந்தியாவில் மதத்தோடு இணைந்ததாக இருக்கிறது.

இங்கு தேசிய நினைவு என்பது படித்த சில உயர்த் தட்டு நபர்களால் உருவாக்கப்படுகிறது. வெகு மக்கள் திரளின் பல்வேறு ஞாபக அடுக்குகளை உருவியே ஒற்றை இழையுடைய தேசிய நினைவுகள் உருவாக்கப்படுகின்றன. இதற்கு சமுகத்தின் மறதியும் உதவி செய்கிறது.

இத்தகைய தேசிய நினைவுகளை, வரலாறுகளை தமக்கு வசதியான அரசியலை செயற்படுத்தும் பொருட்டே மத அடிப்படைவாத தேசியவாதிகள் உருவாக்குகிறார்கள்.

இந்தியாவைப் பொறுத்த அளவில் அப்படி ஒரு தவறான தோற்றத்தை, வரலாறு கஜினி முகம்மது மீது ஏற்படுத்தியிருக்கிறது.

இந்தியாவில் இஸ்லாத்தின் புனித அரசை உருவாக்கவும் இங்குள்ள வளத்தை கொள்ளையடிக்கவும் அவர் பலமுறை சோமநாதா படையெடுப்பை மேற்கொண்டார் என எட்டாம் வகுப்பு வரலாற்றுப் புத்தகம் தொடங்கி ஒற்றை தேசியவாதப் பார்வையிலான தவறான சரித்திரம் எழுதப் பட்டிருக்கின்றன.

கஜினிமுகமது படையெடுப்பை முன்வைத்து முன்ஷி போன்றவர்கள் தேசிய அவமானம் என்கிற சொல்லாடலைக் கொண்டு வந்தார்கள்.

இதுவே பாபர்மசூதி இடிப்புவரை இட்டுச்சென்றது.

ஆனால் கஜினி வரலாறு பலபடித்தான பரிமாணங்களைக் கொண்டது.

அகிரா குரோசாவாவின் புகழ்பெற்ற திரைப்படம் ரஷோமான். இதில் சாமுராய் ஒருவன் தன் மனைவியோடு பயணிக்கும்போது காட்டுவழியில் கொலையுண்டு விடுவான். அந்தக் கொலையை வழியில் வந்த கள்வன்தான் செய்தான் என்பாள் மனைவி. மனைவிதான் கள்வனைத் தூண்டிவிட்டு கொலை செய்யச் சொன்னாள் என பேயொன்று சாட்சி சொல்லும். இந்தக் கொலையை செய்தது யார் என ஆறுபாத்திரங்கள் வழி ஆறு உண்மைகளை ரஷோமான் பேசும்.

இதுபோல கஜினிக்குப் பின்னால் நிறைய வரலாற்று உண்மைகள் ஊமையாக்கப் பட்டிருக்கின்றன என்கிறார் வரலாற்று ஆசிரியர் ரோமிலா தாப்பர்.

இந்திய அரசியல் வரலாற்றை பிரித்தானியர்கள், பாரசீகம் துருக்கி வழியாகவும், சமஸ்கிருத புலவர்களது படைப்புகளைக் கொண்டும், இசுலாமியர்களை விட இந்தியர்களைவிட நாங்கள் மேலானவர்கள் எனும் நோக்கிலுமே உருவாக்கியுள்ளனர்.

சோமாநாதா ஆலயப்படையெடுப்பின் பிறபக்கங்களைப் புரிந்து கொள்ள வசதியாக அந்த காலக்கட்டத்து ராஜபுத்திரர்களின் நாட்டுப்புறப் படைப்புகள், சமண பௌத்த கல்வெட்டுகள், பல்வேறு இசுலாமிய நூல்கள் எனத்தேடி வரலாற்றின் மறைக்கப் பட்ட உண்மைகளைக் கொண்டுவந்த ரோமிலா தாப்பரின் நூலை முன்வைத்து தமிழில் வெளிவந்துள்ள முக்கியமான நூல் ‘கஜினி முகம்மது — சோமநாதப் படையெடுப்பு — வரலாற்றின் பல குரல்கள்’. இந்நூலை பாரதி புத்தகாலயம் கொண்டுவந்துள்ளது.

சஃபி என்கிற உளவியல் பேராசிரியர் எழுதிய இந்நூல் இந்தியாவின் மதச்சார்பற்ற தன்மையில் நேயம் உடைய அனைவரும் வாசிக்க வேண்டியது.

ஆர்.எஸ்.எஸ் அபாயம்!

புத்தகக் காட்சியில் நான் வழக்கமாகச் செல்லும் அரங்குகளுள் ஒன்று கீழைக்காற்று. இம்முறை அவசரம் அவசரமாக சென்று திரும்பியதால், போக இயலவில்லை.

அந்தக் குறை இன்று தீர்ந்தது. இடதுசாரி அமைப்பு தோழர் ஒருவரை டீ கடையில் சந்தித்தேன். (தோழர்கள் மின்னல் மாதிரி. எப்போது தோன்றுவார்கள். எப்படி மறைவார்கள் தெரியாது. நம்மிடம் அவர்கள் கூறும் பெயர்கூட இயக்கத்துக்காக வைக்கப்பட்டதாக இருக்கலாம்.) ஒரு நூலைக் கொடுத்து படிக்கும்படி கேட்டுக் கொண்டார்.

'ஆர். எஸ். எஸ் பரிவாரத்தின் ஆரிய — பார்ப்பன கனவைத் தகர்த்தெறிவோம்!' என்பது நூலின் தலைப்பு.

புத்தகத்தை விரித்து முதல் பக்கத்தில் நுழைந்தவன் ஒரு மணி நேரத்தில் 71 ஆம் பக்கத்தில் வெளியேறினேன். வேர்த்துவிட்டது. உடல் லேசாக நடுங்கியது.

தமிழகத்தில் பாஜக வை அனுமதிக்கும் தவறை தமிழர்கள் செய்தால் அதன் விளைவுகள் எப்படி இருக்கும்? எண்ணிப் பார்க்க மனம் நடுங்குகிறது.

இந்து மதம், இந்துத்துவா என்பதே ஒருவித முகமூடி என்கிறது இந்நூல். பார்ப்பனியம், பார்ப்பன மதம் என்றால் பெரும்பான்மையான மக்களை ஒன்றிணைக்க முடியாது.என்பதை உணர்ந்தே இந்து மதம், இந்துத்துவா போன்ற போலியான சொல்லாடல்கள் ஆர்.எஸ்.எஸால் கையாளப்படுகிறது.

மராட்டியத்தில் தோன்றிய பூலேவின் பார்ப்பன எதிர்ப்பியக்கத்திற்கான எதிர்வினையாகத் தோன்றியதுதான் ஆர்.எஸ்.எஸ்.

சூத்திர சாதியினரின் கலகத்தைப் பொறுக்காத பார்ப்பன வெறியின் அமைப்பு வடிவமே ஆர்.எஸ்.எஸ். நாளடைவில் அம்பேத்கரின் தலித்திய இயக்கம், பெரியாரின் திராவிட இயக்கம், தமிழ் தேசிய இயக்கங்கள் இவற்றுக்கு எதிரானதாகவும், முஸ்லீம்,

கிறித்துவ எதிர்ப்பு அரசியலை மேற்கொள்ளும் மதத்தீவிரவாத அமைப்பாக பரிணமித்தது.

ஆர்.எஸ்.எஸ் என்பதன் விரிவு ராஷ்ட்ரீய ஸ்வயம் சேவக். இது சொல்கிற ராஷ்ட்ரீயம் உண்மையில் இந்து ராஜ்யம் அன்று. பார்ப்பன ராஜ்யம். சரி, சுயம் என்கிறார்களே, அதாவது மோடி சொல்வதுபோல் சுயசார்பு தன்மை உடையதா? என்றால் இல்லை.

இது பேசும் சுதேசி அரசியல், ஒரு மோசடி. நம்முடைய நாட்டு மக்களை பஞ்சமர் சூத்திரர் என்று வெறுத்த பார்ப்பனீயம், வெள்ளைக்காரனுக்கு சிவப்புக் கம்பளம் விரித்தது.

தனது சமூக மேலாதிக்கத்துக்கு அன்று இவர்களை பிரிட்டிஷ் அரசுக்கு காட்டிக் கொடுத்ததே ஆர்எஸ்எஸ். தேசிய உணர்வு என்பது சொந்த மக்களை நேசிக்கும் ஒரு சித்தாந்தம். ஆனால் பார்ப்பனியமோ தரகுத் தன்மை உடையதாக இருக்கிறது. சின்ன வீடா வரட்டுமா? பெரிய வீடா வரட்டுமா? என முன்பு பிரிட்டிஷாருக்கும், இப்போது அமெரிக்காவுக்கும் லாலி பாடுவதுதான் பார்ப்பனியம்.

தேசிய உணர்வு உடையதாக பார்ப்பனீயம் இருக்க முடியாது என்பதற்கு நாம் பல உதாரணங்களை சொல்லலாம். 50 ஆண்டுகளாக காங்கிரஸ் உருவாக்கிய பொதுத்துறை நிறுவனங்களை, பார்ப்பனீய அமைப்பான ஆர்எஸ்எஸின் செயல்திட்டத்தின்படி பாஜக அரசு தனது பத்து ஆண்டுகால ஆட்சியில் தனியாருக்கு தாரை வார்த்தது.

வணிகர்கள், தரகு முதலாளிகளுக்கு ஆதரவாக தொழிலாளர்களை கசக்கிப் பிழிவதே ஆர்எஸ்எஸின் வேலை.

இது ஒரு போதும் அடித்தட்டு இந்து மக்களுக்காக செயல்படப்போவது இல்லை என்பதுதான் உண்மை.

வேதம், புராணம், சாதி வெறி, மதவெறி, சாத்திரம், வாஸ்து, ராசி, இவற்றின் மூலம் மக்களை சிந்திக்கும் திராணியற்றவர்களாக மாற்றி வைத்திருக்கிறது ஆர்.எஸ்.எஸ். சூத்திர சாதி இழிவை பெருமையாக ஏற்றுக் கொள்ள வைத்திருக்கிறது ஆர்எஸ்எஸ். சோதிடம், பரிகாரம் இவற்றின் வாயிலாக மக்களைத் தன்னம்பிக்கை அற்றவர்களாக மாற்றியிருக்கிறது ஆர்எஸ்எஸ்.

பாபர் மசூதி இடிப்பு, குஜராத் கலவரங்கள் யாவற்றையும் தெருவில் இறங்கி பார்ப்பனர்கள் செய்யவில்லை. தலித்துகளை சூத்திரர்களை இந்து என நம்பவைத்து, அவர்களை இசுலாமியர்களுக்கு எதிராக, கிறித்துவர்களுக்கு எதிராக ஏவிவிட்டது பார்ப்பனியம்.

குஜராத்தில் ஆயிரக்கணக்கான முஸ்லீம்களை வெட்டிக் கொன்று, அவர்களது உடைமைகளை நாசம் செய்து, மையச் சமூகத்திலிருந்து அவர்களை விலக்கி, முஸ்லீம் சேரிகளை உருவாக்கியது ஆர்எஸ்எஸ்.

இத்தனைக்குப் பிறகும் வட இந்திய மாநிலங்களில் தலித்துகள் பிற்படுத்தப்பட்டோர் பிஜேபியை வெற்றி பெறச் செய்தனர். பிஜேபி இன்று காங்கிரஸ் இல்லாத இந்தியாவை உருவாக்க விரும்புகிறது. அதற்குத் தடையாக இருப்பது தமிழகம்.

இது பௌத்தமும் சமணமும் தழைத்த மண். பெரியார் களமாடிய மண். ஆகவே ஆர்எஸ்எஸ் நுழைவது சற்று சிரமமாக இருக்கிறது. இருப்பினும் அதன் ஏஜன்ட்டுகள் திராவிட இயக்கங்களின் ஊடகங்களிலேயே இன்று ஊடுருவுகிறார்கள்.

தமிழகத்தின் அனைத்துவகை பண்பாட்டு சாதனங்களிலும் ஆர்எஸ்எஸ் ஊடுருவல் நிகழ்ந்திருக்கிறது. குறிப்பாக கல்விப் புலங்கள் காவிமயமாவது துரிதமடைந்து வருகிறது.

கொங்கு வேள்ளாளர்கள், நாடார்கள், முக்குலத்தோர்கள், வன்னியர்கள், சாதிப் பெருமை பேசுவதாலேயே பார்ப்பனியத்தை ஏற்றுக் கொள்பவர்களாக மாறி வருவதை அச்சத்தோடு கவனிக்க வேண்டியிருக்கிறது.

பார்ப்பனீயத்தை எதிர்த்தவர் ஜி.டி.நாயுடு. இன்று கொடிசியாவில் காவி இருள் பரவுகிறது. நாம் அலட்சியமாக இருந்தால் நாகப்பட்டினத்தில் இசுலாம் சேரியும், வேளாங்கண்ணியில் கிறித்துவ சேரியும் உருவாகலாம்.

அரசியல் இருளில் இருந்து தமிழர் வெளியேற, கீழைக்காற்று வெளியீடாக வந்திருக்கும் இந்நூல் உதவுகிறது! வெளியேறுங்கள். வெளிச்சத்தை உருவாக்குங்கள்!

இணங்கி வாழ்வது!

ஸ்ரீமுஷ்ணம் அருகே தேத்தாம்பட்டு கிராமத்தில் தேர்தல் பணி! இடையில் சிறிது ஓய்வு கிடைத்தது.

இரண்டு ஆலயங்களுக்கு தம்பி பாரதி.ஆர் உடன் செல்ல முடிந்தது. முதலில் சென்றது சலேத்மாதா ஆலயம்.

வெளியிலிருந்து ஒரு மதம் நுழைகிறபோது, தன்னை அந்த மண்ணுக்கேற்றவாறு தகவமைத்துக் கொள்கிறது. கிறித்துவமதமும் அப்படிதான்.

நமது பல்வேறு நாட்டார் கூறுகளை தனக்குள் கிரகித்துக் கொண்டிருக்கிறது.

தேர், திருவிழா, தாயத்து, மாலை போட்டுக் கொள்வது போன்ற நாட்டார் வழிபாட்டு முறை கிறித்துவத்திலும் இருக்கிறது.

சலேத் மேரி ஆலயத்தில், காதல் நிறைவேற, +2 வில் பாஸாக, நோய் குணமாகவென விதம்விதமான வேண்டுதல்களை எழுதி வைத்திருக்கிறார்கள்.

நோய்களைத் தீர்க்கும் ஸ்பெஷலிஸ்ட் இந்த அன்னை. கிறித்துவர்களிடமும் ஜாதகம் பார்க்கும் வழக்கம் இருக்கிறது. நோய் என்றால் ஜோஸ்யம் பார்ப்பவர்கள் ‘சலேத்மாதா ஆலயத்துக்கு போங்க!’ என ப்ரிஸ்கிரிப்ஷன் எழுதுவது வழக்கம்.

அமைதியான சூழலில் இருக்கிற ஆலயம். ‘தாம் உவகை கொள்ளும் மனிதர்களின் காலடிகளை ஆண்டவர் உறுதி செய்கிறார்!’ என்பது திருப்பாடல்களில் ஒரு வசனம்.

அன்னையின் சாந்தம் தவழும் விழிகளின் முன்னால் சிறிது அமர்ந்தோம்.

பிறகு பூவராக சுவாமி கோவில். பிரம்மாண்டம். பிரம்மிப்பு.

மிகப் பெரிய கல் மண்டபங்கள். கண்ணாடி அறை. எழில் கொஞ்சும் சிற்பங்கள். ஓங்கி உயர்ந்த கொடி மரம். தோட்ட இடமெல்லாம் சிற்பங்களிலிருந்து ஈரம் ஒட்டிக் கொள்கிறது.

சிறிய பிள்ளைகள் வட்டமாய் அமர்ந்து வேதம் பயில்கிறார்கள். இந்த வயதில் அவர்களுக்கு மனுதர்மம், அதன் அநீதி தெரிய வாய்ப்பில்லை. அந்தப் பாலகர்களைப் பார்க்க வாஞ்சையாக இருந்தது.

இதுவும் நோய் தீர்க்கும் ஆலயமே! நவாப் என்றொரு முஸ்லீம் ஜமீன். அவர் நோயால் வாடியபோது இவ்வாலயத்தின் துளசி தீர்த்தம் நோய் போக்கியதாம்.

குணமடைந்த நவாப் கோவிலுக்கு நிறைய சொத்தை எழுதி வைத்திருக்கிறார்.

இப்போதும், மாசிமகா உற்சவ தீர்த்தவாரியின்போது, நவாப் சமாதி அருகே பூவராக சுவாமிக்கு முஸ்லீம்கள் மாலை, தேங்காய் பழம் என நிவேத்தியம் தருவது வழக்கமாக இருக்கிறது.

ஆலயத்தைச் சுற்றி வரும்போது நான்கு அய்யர்கள் குடியுரிமை பற்றி பேசிக்கொண்டிருந்தார்கள். நம்மிடம் மத இணக்கம், மிக அழகானதாக நடைமுறையில் இருந்திருக்கிறது. எல்லாவற்றையும் பாழாக்கி விடுவார்களோ! அச்சமாக இருந்தது.

கோவில் கலசத்தைப் பார்த்தேன். அவ்வளவு எளிதாக இந்த இணக்கம், இந்த ஒற்றுமை, கெடாது! சொல்வது போலிருந்தது அதன் மீது கவிந்திருந்த மாபெரும் மௌனம்!

நபிகள் பெருமானும், பெரியாரும்!

நாளை மிலாது நபி. முகம்மது நபி அவர்கள் பிறந்த நாள். எளிய வாழ்க்கை நபிகளுடையது. பிறந்த நாள் கொண்டாட்டத்தில் அவருக்கு நம்பிக்கை இல்லை.

ஆகவே, முஸ்லீம்களில் சில பிரிவினர் மிலாது நபி கொண்டாடுவதைத் தவிர்க்கின்றனர்.

உலக அளவில் இஸ்லாம் பெரிய மதம். பன்முகத் தன்மை உடைய மதம். ஒவ்வொரு பகுதியிலும் இஸ்லாம் பழக்க வழக்கங்கள் வேறுபடுகின்றன.

'ஒன்றே குலம் ஒருவனே தெய்வம்' என நம் பக்தி இலக்கியங்கள் பேசினாலும், நடைமுறையில் இந்நிலை இல்லை என்பது கண்கூடு. ஆனால் இஸ்லாத்தில் ஏக இறை வழிபாடு நடைமுறையாக இருக்கிறது.

இந்தியாவைப் பொறுத்த அளவில் இந்து மதத்தில் உள்ள சாதிப்பிரிவினை கிறித்துவத்திலும் உள்ளது. சீக்கிய மதத்திலும் உள்ளது. ஆனால், இந்தியாவில் சாதி பாகுபாட்டைக் கடைபிடிக்காத மதமாக இஸ்லாம் மட்டுமே இருக்கிறது.

எனவேதான், தந்தை பெரியார் அவர்கள், 'இன இழிவு நீங்க இஸ்லாமே நன்மருந்து' எனப் பேசினார். அதை நூல் வடிவிலும் வெளியிட்டார். வைக்கம் போராட்டத்தில், திருவிதாங்கூர் ராணி, தலித்துகள் கோவிலில் நுழைய முடியாது என பிடிவாதம் பிடித்தார். எர்ணாகுளத்தில் ஒரு மாநாட்டை நடத்தினார் பெரியார்.

'தலித்துகள் அனைவரும் இசுலாம் மதத்துக்கு மாறுவது!' என தீர்மானம் கொண்டுவந்தார். சிலர் மதம் மாறினார்கள். கலவரம் வெடித்தது. ராணி பணிந்தார். கோவில் கதவு திறந்தது.

இன்று சீமான் இசுலாமியர்களை, இந்து மதத்துக்கு திரும்பக் கோருகிறார். சாதியற்ற இசுலாமியர்களை, இந்து மதம் எந்த சாதியில் வைக்கும்? விளக்குவாரா? சீமான்! தீண்டாமையை வியாதி என்கிறார் பெரியார். 'இந்த வியாதி மிகப் பெரியது. இது புற்று நோய், தொழுநோய் போன்றது. வெகு நாளைய நோய்

இந்த நோயிலிருந்து விடுதலை பெற ஒரே வழி இந்து மதத்தை விட்டு வெளியேறுவதுதான்' என்கிறார் பெரியார்.

அம்பேத்கர்கூட முதன் முதலில் இசுலாம் மதத்துக்கு மாறவே முடிவு செய்தார். அதை பிற இந்திய அரசியல் தலைவர்கள் எதிர்த்தபோது, 'சாதாரணமாக போகக்கூடாது, லட்சக்கணக்கானோரை அழைத்துச் செல்ல வேண்டும்!' என அம்பேத்கரை ஆதரித்தவர் பெரியார்.

ஜின்னா முஸ்லீம்களுக்கு தனி நாடு கேட்டதை ஆதரித்தார் பெரியார். இந்தியாவில் முஸ்லீம்களுக்கு தனி நாடு பிரித்துத் தர முடியும்! ஆனால் இந்தியாவில் இந்துக்களுக்கு தனி நாடு பிரித்துத்தர முடியுமா? எனக் கேட்டார். இந்துக்கள் அப்படி ஒரே அடையாளத்தோடு இல்லை. அவர்கள் சாதிகளாகப் பிளவுண்டிருக்கிறார்கள் என்பதால்தான் பெரியார் அவ்வாறு கூறினார். பெரியாருக்கு, முஸ்லீம் மதத்தின் ஏக இறைக் கொள்கை, சமத்துவம், சகோதரத்துவம், சாதிப்பிரிவினைகள் இல்லாத தன்மை, போன்றவை கவர்ந்தது. ஆகவேதான், பெரியார் நபிகள் நாயகத்துக்கு விழா எடுத்தார்.

நபிகள் நாயகத்தை பெரியார் பகுத்தறிவுவாதியாகக் கருதினார். 'நான் என்ன சொல்லியிருந்தாலும் அவற்றில் உனக்குச் சம்மதமிருந்தால், நீ உன் பகுத்தறிவைக் கொண்டு ஆராய்ந்து பார்!' என நபிகள் பெருமான் சொன்ன வாக்கியத்தை, அதற்கு ஆதாரமாகக் காட்டினார் பெரியார்.

'பகுத்தறிவுக் காரரையெல்லாம் தங்கள் சகோதரர்கள் என்று சொல்ல இஸ்லாம் தயாராக இருக்க வேண்டும்.

உலகமெல்லாம் ஒரே மார்க்கமாவதற்கு, பகுத்தறிவு மார்க்கமாவதற்கு முஸ்லிம்கள் பாடுபடவேண்டும். அவர்களுக்கே அதிக சவுகரியமிருக்கிறது.

ஆதலால் அதுவே நபி அவர்களுக்கு நாம் செய்யும் மரியாதையாகும்!' இது, ஒரு மிலாடிநபிக்கு பெரியார் கூறிய வாழ்த்துச் செய்தி. அதை மீண்டும் தமிழ்ச் சமூகத்துக்கு நினைவுபடுத்துவது நமது கடமை!

பொங்கல் மதப்பண்டிகையா?

மதத்தால் தமிழரைப் பிரிக்க எண்ணும் அர்ஜூன் சம்பத் போன்றோரின் சூழ்ச்சிக்கு நாம் பலியாகிவிடக் கூடாது. பொங்கல் மதப்பண்டிகையா?

நேற்று ஒரு காணொலியைக் காண நேர்ந்தது. இந்து மக்கள் கட்சித் தலைவர் அர்ஜூன் சம்பத் வழக்கம்போல் பிதற்றினார்.

பொங்கல் தொகுப்புகளை தமிழக அரசு ரேஷன் மூலம் விநியோகித்து வருகிறது. இது வாடிக்கைதான். கடந்த அதிமுக அரசும் இந்த பொங்கல் தொகுப்புகளை வழங்கியது.

இத்தகைய பொங்கல் தொகுப்புகளை, முக்காடு போட்டவர்கள் எல்லாம் வாங்கிச் செல்கிறார்கள். பொங்கல் இந்துக்களின் பண்டிகை. பொங்கல் தொகுப்பை அரசு முஸ்லீம்களுக்குக் கிறித்துவர்களுக்கு தரலாமா? எனக் கேட்கிறார் அர்ஜூன் சம்பத்.

இந்து மதம் தோன்றுவதற்கு முன்னரே, தமிழரால் கொண்டாடப்பட்டு வருகிற பண்டிகை பொங்கல். இது மதப்பண்டிகை கிடையாது. தமிழர் பண்டிகை.

பண்பெனப்படுவது பாடறிந்து ஒழுகுதல் என்கிறது கலித்தொகை. பாடுபடுதல் என்பது உழைப்பதைக் குறிக்கும். உழைப்பிலிருந்து தோன்றுவதுதான் பண்பாடு. மருதநிலங்களில் அறுவடைத் திருநாளைக் கொண்டாடும் பண்டிகையே பொங்கல்.

சங்க காலத்திலிருந்து பூந்தொடை விழா, இந்திர விழா, உள்ளி விழா, தை நீராடல் எனப் பல பெயரில் கொண்டாடப்பட்டு வருகிறது பொங்கல் பண்டிகை.

கிபி ஒன்பதாம் நூற்றாண்டில் இது தைப் பொங்கல் என இது பரிணாமம் பெற்றிருக்கலாம்! என தமிழறிஞர்கள் கருதுகின்றனர். இக்காலத்தில் எழுதப்பட்ட சீவகசிந்தாமணியில் தைப்பொங்கல் குறிப்புகள் கிடைக்கின்றன.

தமிழகத்தில் கிபி 8 ஆம் நூற்றாண்டிலிருந்தே இஸ்லாம், கிறித்துவ மதங்கள் பரவத் தொடங்குகின்றன. இசுலாத்தையோ

கிறித்துவத்தையோ இங்கு பின்பற்றியவர்கள் தமிழர்களே. அவர்கள் பின்பற்றிய மதநெறிதான் இசுலாம். இனத்தால் அவர்கள் தமிழர்களே.

நவாப்புகளின் வருகைக்குப் பிறகு, தமிழ் பேசும் இசுலாமியரையும் சாயபு, பாய் என உருது அரேபிய சொற்களில் அழைக்கும் வழக்கு இங்கு உருவானது. பாகிஸ்தான் இசுலாமியரும் வங்கதேச இசுலாமியரும் மதத்தால் இசுலாமியர். தேசிய இனத்தால் வேறுபட்டவர்கள்.

ஆனால் ஒரு இனப் பண்டிகையை மதத்தோடு சேர்த்து குழப்புகிறார் அர்ஜூன் சம்பத். எல்லா மதங்களைப் போலவே இசுலாத்திலும் தூய்மைவாதம் வளர்ந்திருக்கிறது.

இந்த தூய்மைவாதப்போக்கை கடைபிடிப்பவர்களும் பொங்கலை இந்து மதப் பண்டிகையாகப் பார்க்கிறார்கள். இப்போக்கும் தவறானது.

இதற்காக ஒட்டு மொத்த இசுலாமியர்களின் தேசிய அடையாளத்தையும் மறைத்து தமிழர்களிடமிருந்து அவர்களைத் தள்ளிவைப்பது ஆபத்தான போக்கு.

எங்கள் பள்ளியில் இல்லம் தேடிக் கல்விப் பணியில் தன்னார்வலர்களாக பணியாற்றும் எனது மாணவிகளுக்கு பொங்கல் பரிசு அளிக்க வேண்டி ஒரு இசுலாமிய நண்பரின் உதவியைதான் நாடினேன். அவரும் மகிழ்ந்து இசைவளித்தார்.

மதத்தால் தமிழரைப் பிரிக்க எண்ணும்

அர்ஜூன் சம்பத் போன்றோரின்

சூழ்ச்சிக்கு நாம் பலியாகிவிடக் கூடாது.

தமிழராக இணைந்து பொங்கலைப்

பொங்குவோம். பிரிக்க விழையும்

மத ஃபாஸிஸ்ட்டுகளுக்கு எதிராக

தமிழர் நாம் உளம் பொங்குவோம்!

மிலாடிநபி வாழ்த்து!

'மனிதனின் துயரம்
அவனது நாவிலிருந்தே
பிறக்கிறது'

நபிகள் கூறியதை
அமித்ஷாவும் மோடியும்
மட்டுமல்ல
நீதிமான்களும்
நிரூபிக்கிறார்கள்

இப்போது நாம்
'துயரமே எனது
ஆனந்தப் பொழுது!'
ரூமியைப் பாடுவோம்

இந்தியாவை
வெள்ளைக்காரனோடு
யுத்தம் செய்து
விடுத்த பெருமையில்
மோடிக்கோ
அமித்ஷாவுக்கோ
அவர்களது
மூதாதைகளுக்கோ எள்முனையளவும்
பங்கிருந்ததில்லை

கரிகாலனைப்போல்
வரலாற்றின்

பொய்மைத் திரைகளை
நீக்கிப் பார்த்தவர்களுக்குத்
தெரியும்!

இது,

ஆயிரம் ஆண்டுகள்
அடிமையாய் வாழ்வதைவிட
சமர் செய்து சாகலாமென்ற திப்புசுல்தான்
அளித்த இந்தியா!

மைசூர் போரில்
வெள்ளை பீரங்கிமுன்
வாளைத் தூக்கி
வீரப்போர் செய்து
மடிந்தானே
திப்புவின் அப்பன்
ஹைதர் அலி
அவன் அளித்த இந்தியா!

இமையத்தின் மடியில்
பத்துவயது மகனோடு பதுங்கி
பறங்கியன்மேல் பாய்ந்தாளே ஹஜ்ரத் பேஹம்
அவள் வாங்கிய இந்தியா!

பகத்சிங்கோடு
'புரட்சி ஓங்குக!' முழங்கி
தூக்கில் தலை துவண்டானே
அஸ்வ குல்லா கான்
அவன் பரிசளித்த இந்தியா!

'சுதேசிக் கப்பல் வாங்க
பணம் தேவை'
விளம்பரம் கண்டு
லட்ச ரூபாயளித்து
வ.உ.சியை
கப்பலோட்டிய தமிழனாக
அழகு பார்த்தாரே
ஹாஜி பக்கீர் முஹம்மது
அவர் தந்த இந்தியா!

குதுப்மினாரை
தாஜ்மஹாலை
மேப்பில் குறித்து
இந்தியாவைக்
கற்றவரே நாம்!

ஜாஹிர் உசேனின்
தபேலாவால்
உருவானது
நம் இசைமனம்!

இந்தியப் பிள்ளைகளின்
அறிவியல் தொட்டில் ஐஐடி மௌலானா
அபுல்கலாம் ஆசாத்
அளித்ததல்லவா!

இந்தியாவின் அறிவு
விண்வெளியை உரசியது
அப்துல் கலாமால் அல்லவா!

முத்தலாக் தீர்ப்புக்கு
காஷ்மீர் அபகரிப்புக்கு
பாபர் மசூதி துரோகத்துக்கு
இந்தியர்கள் காரணமில்லை!

சங்பரிவார்களால்
ஒருபோதும்
இந்தியர்களாக முடியாது

வன்மத்தின் வடிவங்கள் சட்டங்களாகாது
அழித்தெழுதும்
வலிமை
காலத்துக்கு உண்டு!

அதுவரை,

கோர்ட்டோ, அரசோ,
தருகிற ஐந்து ஏக்கர்
நிலத்தில் அல்ல
பக்கத்து வீட்டில்
வசிப்பவன் இதயத்தில்
ஆலயத்தை கட்டுகிறாயே
நீதான் இந்திய முஸ்லீம்!

ரமலான் சிந்தனை!

காஷ்மீர், சி.ஏ.ஏ, என்.பி.ஆர், என்.ஆர்.சி, முத்தலாக், பாப்ரி மஜீத், மாட்டிறைச்சி கொலைகள் என இந்தியா கடந்த ஆறு ஆண்டுகளில் இஸ்லாமியருக்கு செய்த துரோகங்கள் மிக மோசமானவை.

ஆனாலும் இந்த வலதுசாரி ஃபாசிசப் போக்கு முடிவுக்கு வருகிற காலம் உருவாகியே தீரும். ஏனென்றால் இது வெறும் சங்பரிவார்களின் இந்தியா மட்டுமில்லை. இது புத்தரும், மகாவீரரும், காந்தியும், நேருவும் உருவாக்கிய இந்தியா. இதன் சுதந்திரப் போரில் முஸ்லீம்களின் வாளும் ரத்தமும் இருந்திருக்கிறது.

'இந்திய விடுதலைக்காகச் சிறை சென்றவர்களிலும், உயிர் நீத்தவர்களிலும் இஸ்லாமியர் அதிகமாகவே இருந்தனர். அவர்களது மக்கள் தொகை விகிதாச்சாரத்தை விட விடுதலைப் போரில் மாண்டோர் எண்ணிக்கையின் விகிதாச்சாரம் அதிகமாகவே இருந்தது' என்கிறார் பிரபல பத்திரிகை ஆளுமையான குஷ்வந்த் சிங்.

வட இந்தியாவின் பாதி அழகுகள் அக்பரும் பாபரும் ஔரங்கசீப்பும் உருவாக்கியவை. இந்திய சினிமா, இந்திய இலக்கியம், இந்திய இசை, இந்திய மருத்துவம் என எல்லா தளங்களும் இஸ்லாமியப் பங்களிப்பால் முழுமை பெற்றவை. நமது தேசியக் கொடியை வடிவமைத்த சுரையா தியாப்ஜி ஒரு இஸ்லாமியப் பெண் கலைஞர்.

இஸ்லாம் அந்நிய மண்ணிலிருந்து வந்த மார்க்கம் என்கிறார்கள். அப்படிப் பார்த்தால் சங்பரிவார்களின் இன ஃபாசிசமும், துவேஷமுமே வெளியிலிருந்து வந்தவைதாம். உருவ வழிபாட்டை மறுத்த பௌத்தமும் சமணமுமே நம் இந்திய மரபு. அந்த வகையில் இஸ்லாம் இந்தியாவுக்கு நெருக்கமான மார்க்கமாகவே இருக்கிறது.

யார் நம்மை சாதிகளாக பிளவு படுத்தினார்களோ, ஆண், பெண் என்று பாலால் பாகுபடுத்தினார்களோ, அவர்கள்தாம் இந்தியர்களை இந்துக்களென்றும் இஸ்லாமியரென்றும்

கிறித்துவரென்றும் பிரித்து இணக்கம் குலைக்கிறார்கள்.

இவற்றையெல்லாம் மீறிதான் ஏழை இந்து தாய்மார்கள் தங்கள் குழந்தைகள் நலிவுறும்போது, மசூதிக்கு தூக்கிபோய் தாயத்து அணிவிக்கிறார்கள். இதுதான் இந்தியாவின் யதார்த்தம். சங்பரிவார் கட்டமைக்க விரும்பும் இந்து, இந்தி, இந்தியாவில் இஸ்லாமியருக்கு மட்டுமில்லை, தலித்துக்கு, பிற்படுத்தப் பட்டவருக்கு, தமிழர்க்கு, மலையாளிக்கு, தெலுங்கருக்கு, கன்னடருக்கென யாருக்கும் சமத்துவமோ, விடுதலையோ இல்லை.

அதனால்தான் இது காஷ்மீர் பிரச்சனை, இது வடகிழக்கிந்தி முஸ்லீம் பிரச்சனை, இது முஸ்லீம் கல்யாண பிரச்சனை என நாம் ஒதுங்கிவிட முடியாது. குடியுரிமை பிரச்சனை முஸ்லீமுக்கு மட்டுமில்லை, ஈழத்தமிழ் அகதிகளுக்கும் எதிரானது. இன்று காஷ்மீர் சிறப்பு அந்தஸ்தை பறித்தவர்கள் நாளை இட ஒதுக்கீட்டை பறிக்கமாட்டார்கள் என்பது என்ன நிச்சயம்? ஆகவேதான் சங்பரிவார் முஸ்லீம் பிரச்சனை எனும்போதெல்லாம், இல்லை, இது இந்தியனின் பிரச்சனை! என் சகோதரனின் பிரச்சனை என்று கூட நிற்க வேண்டியுள்ளது!

வலதுசாரி மோடி அரசு முஸ்லீம்கள் மீது திணித்த அனைத்து வன்முறைகளுக்கும் தொடர்ந்து எதிர்வினையாற்றி எழுதி வந்திருக்கிறேன். அனேகமாக அடுத்த ரமலானுக்குள் இவற்றை தொகுத்து ஒரு நூலாகக் கொண்டுவந்துவிடுவேன். வரும் காலங்களிலும் வலதுசாரி ஃபாசிசம் இஸ்லாமியர்கள் மீது திணிக்கும் அத்தனை வன்முறையையும் எதிர்த்து எழுதுவேன். இதுவே இசுலாமிய நண்பர்களுக்கு, ஒரு எழுத்தாளனாக, நான் கையளிக்க விரும்பும் ரமலான் நம்பிக்கை!

புத்தனுக்கும், ஏசுவுக்கும் நபிகள் பெருமானுக்கும் இருந்தவை ஒத்த இதயங்கள். ‘உம்முடைய உறவைத் துண்டித்து வாழ்பவனுடன் நீ சேர்ந்து வாழு. உமக்கு அநீதம் இழைத்தவனை மன்னித்து விடும்!’ என்கிறார் நபிகள் நாயகம்.

இதைப் பின்பற்றியே இசுலாமியப் பெருமக்கள் தம் கண்ணீரைத் துடைத்துக் கொண்டு மௌனமாக இந்தியாவில் வாழ்ந்து கொண்டிருக்கிறார்கள். இந்தப் பிறைநிலா காலம் வளர்ந்து இந்தியாவில் பூர்ணிமை நிறையட்டும்!

ஈகைத் திருநாள் வாழ்த்து!

சிறு வயதில் எங்களூரில் ஒரே ஒரு ஏழை முஸ்லீம் குடும்பம் இருந்தது. அவர்கள் ஒரு பெட்டிக்கடை வைத்திருந்தார்கள். அக்குடும்பத்தைச் சேர்ந்த அப்துல்லா எனும் சிறுவன் எங்களோடு படித்தான். எனக்கு அறிமுகமான முதல் முஸ்லீம் குடும்பம் அவனுடையதுதான். ஓரிரு வருடங்களிலேயே அவர்கள் ஊரைவிட்டுப் போய்விட்டார்கள்.

பிறகு, கோடை நாட்களில், எங்களூருக்கு ஷாஜகானும் மும்தாஜும் ரெகார்ட் டான்ஸ் ஆட வருவார்கள்.

திரௌபதியம்மனுக்குக் காப்பு கட்டி கூத்து போடுவார்கள். கண்டபலங்குரிச்சி சும்சுதீன் என்கிற முஸ்லீம்தான் அர்ஜுனன் வேடம் போடுவார்.

ஆறாவது படித்தபோது எனக்கு தலைமையாசிரியர் ஸ்ரீமுஷ்ணத்திலிருந்து வந்த அப்துல்ரஹ்மான் சார்.

இவர்கள்தாம் இளம்பிராயத்தில் எனக்கு அறிமுகமாயிருந்த இசுலாமியர்கள்.

இன்றுபோல் மதபேதம் இல்லாத காலமது.

எங்கள் திருமண வீடுகளில், எம்ஜியார் 'மேரா நாம் அப்துல் ரஹ்மான்' பாடினார்.

அய்யனார் வீதி உலா வந்தார்.

ரேடியோ செட்டுக்காரர் சிவாஜி ரசிகர். சம்மந்தமே இல்லைதான். ஆனாலும் 'எல்லோரும் கொண்டாடுவோம், அல்லாவின் பேரைச் சொல்லி' பாட்டை போட்டார்.

எங்களுக்கு

அது ஒரு பாட்டு. 'நூறு வகை பறவை

வரும், கோடி வகை பூ மலரும்,

ஆட வரும் அத்தனையும்

ஆண்டவனின் பிள்ளையடா’

இதன் அர்த்தம் புரியாமல் ரசித்தோம்.

அஞ்சலை வயசுக்கு வந்தாள்.

‘வானுக்குத் தந்தை எவனோ’

கமலஹாசன் தப்பு அடித்து பாடினார்.

கூட சேர்ந்து ஸ்ரீபிரியா ‘லா இலாஹா இல்லல்லாஹு முஹம்மதுர் ரஸூலுல்லாஹி’ பாடினார்.

அஞ்சலை கண்களும் பாட்டு பாடியது.

நாங்கள் இந்துக்களாக முஸ்லீம்களாக இல்லாமல், தமிழர்களாக வாழ்ந்த காலமது.

புத்தாயிரத்தில் எங்கள் காலம் மாறியிருந்தது. இசுலாமிய நாடுகளின் பெட்ரோல் வளத்தில் ஆசை கொண்டது அமெரிக்கா. அங்கெல்லாம் அரசுக்கெதாராக மதநம்பிக்கையாளர்களை வளர்த்து, ஆயுதத்தைக் கையில் கொடுத்தது.

அமெரிக்கா வளர்த்த, சதாம் உசேனும் பின்லேடனும் அதே அமெரிக்காவுக்கு எதிராகத் திரும்பினார்கள்.

அமெரிக்காவில் இரட்டைக் கோபுரம் வீழ்ந்தது. இசுலாத்தை தீவிரவாத மதமாகக் காட்டினார் ஜார்ஜ் W புஷ். அமெரிக்கா, ஆர்எஸ்எஸ், காவி கார்ப்ரேட் சித்தாந்தம் இந்தியாவில் பாபர் மசூதியை இடித்தது.

‘வானாகி மண்ணாகி’ எனத் தமிழையும் இறையையும் மாணிக்கவாசகரையும் எப்படி வாசித்தானோ, அப்படித்தான், எந்தபேதமும் இல்லாமல்,

‘திருவினுந் திருவாய்ப் பொருளினும் பொருளாய்த் தெளிவினுந் தெளிவதாய்ச் சிறந்த மருவினு மருவா யணுவினுக் கணுவாய் மதித்திடாப் பேரொளி யனைத்தும்’

உமறுப்புலவரின் கடவுள் வாழ்த்தை சீராப்புராணத்திலும் படித்தான் தமிழ்ப் பிள்ளை கரிகாலன்.

கம்பனை ஒரு சடையப்ப வள்ளல் ஆதரித்தானென்றால் உமறுப்புலவரின் தமிழை வள்ளல் சீதக்காதி (அப்துல் காதிர்

மரைக்காயர்) ஆதரித்தான். இவர்கள் நோக்கம் இந்து மதம் வளர்ப்பதில்லை. இஸ்லாம் வளர்ப்பதில்லை. தமிழ் வளர்ப்பது!

அதனால்தான் வள்ளல் சீதக்காதி இறந்தபோது, 'மறந்தா கிலும் அரைக் காசும் கொடாத மாந்தர் மண்மேல் இறந்தா வதென்ன! இருந்தா வதென்ன! இறந்து விண்போய்ச் சிறந்தாளுங்காயல்துரை சீதக்காதி திரும்பி வந்து பிறந்தா லொழியப் புலவோர் தமக்குப் பிழைப்பில் லையே' என அழுது பாடினான் படிக்காசுத் தம்பிரான். அந்தக் கண்ணீர் மொழியில் இருந்தது அரபு இல்லை. தமிழ்!

அலிபாபாவை ஹீரோவாகக் காட்டிய தமிழ் சினிமா ஆர்எஸ்எஸ் சினிமா ஆனது. பட்ஜெட் அதிகமானபோது விஜயகாந்துக்கும் விஜய்க்கும் பாகிஸ்தான் முஸ்லீம்கள் வில்லனாகத் தேவைப்பட்டார்கள். ஆடு புலி ஆட்டத்தில் தொப்பி வைத்து மதநல்லிணக்கம் பாடிய கமல் விஸ்வரூபம் எடுத்தார்.

ஆனாலும் எங்கள் தமிழ் மண்ணில் கள்ளழகரை காதலிக்க ஒரு துலுக்க நாச்சியார் இருக்கிறாள். எங்களூருக்கு அருகில் உள்ள ஸ்ரீமுஷ்ணம் பெருமாளை கிள்ளையில் வரவேற்க, தர்கா டிரஸ்ட்டைச் சேர்ந்த சையது சஹாபும் இசுலாமியத் தோழர்களும் இருக்கிறார்கள். பெரியார் வளர்த்த பிள்ளை கரிகாலன். அவனுக்கு கடவுள் நம்பிக்கை இருக்கிறதா? இல்லையா? என்பது பிரச்சனை இல்லை. அவன் கடவுளை விடவும் தன் நினைவில் அழியாத சிறுவயது தோழன் அப்துல்லாவை, ஜஹாங்கீரை, நூர்ஜஹானை, சம்சு பாயை நேசிக்கிறான்.

மேரா நாம் அப்துல்ரஹ்மான் பாடலை இப்போது கேட்டாலும் புழுதிபடிந்த அவனது பால்யகால மினுசுதார் வீதி ஞாபகம் வருகிறது. மஞ்சள் பூசிய முகமும், ஊதா கலர் பட்டு தாவணியும், அஞ்சலையும், லா இலாஹா இல்லல்லாஹுவும், ஸ்ரீபிரியாவும் அவனால் லேசில் மறக்க முடியாது. பன்முகத்தன்மை கூடிய வளமான மரபில் வந்தவன் அவன். இன்றைய ரம்ஜான் நாளில் புரசைவாக்கம் மசூதி ஒன்றின் முன் நின்று, 'இந்த உலகம் அமைதி பெறட்டும்!' என்கிற நான்கே சொற்களைக் கொண்ட சின்ன பிரார்த்தனையை கடவுள் முன்னால் வைத்து விலகினான். மானசீகமாக தன் இசுலாம் நண்பர்களைத் தழுவி, ஈகைத் திருநாள் வாழ்த்துகளைப் பகிர்கிறான்!

மௌனத்தின் சாட்சியங்கள்

நேயம் பழக்கும் பிரதி.

கோவையைச் சேர்ந்த கோட்டைமேடு எனும் பகுதியில் வசிக்கும் யாசருக்கு பெரிய லட்சியங்கள் ஒன்றுமில்லை. ஒரு மெக்கானிக் ஷெட்டில் கூலி வேலை பார்ப்பவன். ஒரு இடம் வாங்கி சிறியதாய் வீடுகட்ட வேண்டும். சகோதரி ஆயிஷாவுக்கு நிக்காஹ் செய்யவேண்டும்.

இதுதான் அவன் கொண்டிருந்த ஆசை, லட்சியமெல்லாம். இடையில் வாய்ப்பு கிடைக்கும்போது நண்பன் யாசிஃப்புடன் சேர்ந்து விஜய் படம் பார்ப்பது என சராசரி கனவுகள் கொண்ட யாசருடைய வாழ்வு முஸ்லீம் என்கிற மத அடையாளத்தால் எப்படி சிதைக்கப் படுகிறது என்பதை மனம் பதறப் பதற உக்கிரமான தொனியில் விவரிக்கப்பட்டிருக்கும் புதினம்தான் சம்சுதீன் ஹீராவின் ‘மௌனத்தின் சாட்சியங்கள்’.

ஆங்கிலேயர்கள் தங்கள் ஆளுகையை நிலைநிறுத்த தங்களுக்கு எதிராகப் போராடிய இந்தியப்பூர்வகுடிகளைத் திட்டமிட்டு இந்து முஸ்லீம் எனப் பிரித்த தந்திரம் இன்றுவரை பகையாய் வளர்ந்து கொண்டிருப்பதை துல்லியமாகப் பேசும் படைப்பிது.

இந்துத்துவா அடிப்படை சக்திகள் இரண்டு நிலைகளில் முஸ்லீம்களின் மீதான வெறுப்பரசியலைக் கட்டமைக்கின்றன. இந்து மதத்தின் மேல் அடுக்கில் இருக்கும் ஆதிக்கசாதிகளின் மீது இதே மதத்தின் கீழ்ப்படிக்கட்டுகளிலிருக்கும் தலித்துகள் மற்றும் பிற்படுத்தப்பட்டவர்கள் கோபம் திரும்பிவிடாமல் அதை முஸ்லீம்கள் மீது திருப்பிவிடுவது. இந்து மதத்தைச் சேர்ந்த உழைக்கும் வர்க்கத்துக்கு இந்து முதலாளிகள் மீது கோபம் ஏற்படாமல் அதை இந்து, இந்தியா எனக் கட்டமைக்கப்பட்ட தேசிய உணர்வின் மூலம் முஸ்லீம்கள் மீது மடைமாற்றிவிடுவது என இங்கு முஸ்லீம் வெறுப்பரசியல் வளர்க்கப்படுவதை இந்நாவலில் இடம் பெறும் சம்பவங்கள் தெளிவாக்குகிறது.

அதுவும் கோவை போன்ற தொழில் நகரங்களில் இவை மிகவும் எளிதாகிவிடுகின்றன. வர்க்கமாக இணைய முடியாமல் இவ்விரு

சமூகத்து அடிநிலைமக்களும் மத உணர்விற்குப் பலியாகிற சூழலை அடிப்படைவாத சக்திகள திட்டமிட்டு செயற்கையாக உருவாக்குகின்றன. இந்து மதத்தில் தமக்குக் கிடைத்திருக்கும் இடமென்ன என்பதை அறியாமல், அம்பேத்கர் பெரியார் பின்சென்றிருக்க வேண்டிய பிள்ளைகள் காவிக்கூட்டத்தின் பின்னே கடப்பாறை எடுத்துச் சென்று பாபர் மசூதியை இடித்த மாபெரும் வரலாற்றுப் பிழை இதன் பொருட்டே இங்கு நிகழ்ந்தது.

இந்நாவல் இரண்டு முக்கியமான வரலாற்று நிகழ்வை ஊடறுத்துப் பயணிக்கிறது. பாபர் மசூதி இடிப்பு மற்றும் கோவை குண்டு வெடிப்பு என இரண்டு நிகழ்வுகள். இதன் பொருட்டு இரண்டு பிரிவிலும் அப்பாவிகளின் கனவுகள் சிதைக்கப்படுகின்றன. அவர்களது வாழ்வாதாரங்கள் சூறையாடப்படுகின்றன.

வன்முறையெனும் மிருகம் வெறிபிடித்துத் தெருவெங்கும் திரிகின்றது.எதிர்படுவோரையெல்லாம் அதன் கோரைப்பற்களால் கூரிய நகங்களால் வேட்டையாடுகிறது. மனிதம் உயிர்த்த தெருக்களைத் தீயின் பசி தின்று தீர்க்கிறது.

இந்துத் தீவிரவாதத்தின் பின்னால் எப்படி சாதாரண இந்து சிவில் சமூகம் இல்லையோ அப்படியே முஸ்லீம் தீவிரவாதத்தின் பின்னால் முஸ்லீம் சிவில் சமூகமில்லை என்பதைதான் இந்த நாவல் மீண்டும் மீண்டும் சொல்லிக் கொண்டேயிருக்கிறது. மதவுணர்வு ஒரு அபின். அது ஏற்படுத்தும் கிளுகிளுப்பு வன்முறை யுணர்வு மோசமானது.

இப்புதினத்தைப் படிப்பதற்கு அபாரமான மனத்துணிவு வேண்டும். ஒருவன் முஸ்லீம் என்றால் அவன் உலகின் எந்த மூலையில் குண்டு வெடித்தாலும் அதற்கான பழியை ஏற்கவேண்டியவனாக இருக்கிறான். அத்தகைய பார்வையை ஏகாதிபத்திய நாடுகள் முதல் இந்தியா போன்ற மூன்றாம் உலக நாடுகள்வரை உருவாக்கி வைத்திருக்கின்றன.இந்தியா என்கிற நாடு உருவாவதற்கு முன்பே இங்கு முஸ்லீம்கள் இருந்தனர். ஆனால் இந்து தரகு முதலாளிகள் தங்களது பண்பாட்டு சாதனங்களான கல்வி வரலாறு சினிமா அச்சு மற்றும் காட்சி ஊடகங்கள் மூலம் மீண்டும் மீண்டும் இந்திய இஸ்லாமியர்களை தேசவிரோதிகளாக பாகிஸ்தான் ஆதரவாளர்களாகவே சித்தரித்து வந்திருக்கின்றனர்.

இதனால் ஒரு சாதாரண முஸ்லீம் குடிமகன் எந்த நேரத்திலும் அவமானப்பட, தீவிரவாத முத்திரை குத்தித் தூக்கிலிடப்பட வாய்ப்பிருக்கிறது. அவன் தந்தை, மனைவி, பிள்ளை எல்லோரும் தேசவிரோதிகளாகப் பார்க்கப்படுகிற சூழலிருக்கிறது. அதுவே கோவை குண்டுவெடிப்பையொட்டி அங்கு வாழ்ந்த யாசர் போன்ற அப்பாவிகளுக்கு நிகழ்ந்து.

இம் மண்ணில் எங்குக் குண்டுவெடிப்புகள் நடந்தாலும் அது வன்மையாகக் கண்டிக்கப்பட வேண்டும். நிகழ்த்தியவர்களைக் கண்டுபிடித்துச் சட்டப்படித் தண்டிக்க வேண்டும். ஆனால் இது போன்ற சம்பவங்களைச் சாக்காக வைத்து கும்பல் சாகசவாத மனநிலையைத் தூண்டிக் குளிர்காயும் மலிவான அரசியலை இப்புதினத்தின் பக்கங்களில் காணமுடிகிறது. இதையேதான் குஜராத்திலும் காஷ்மீரிலும் கண்டோம்.

இங்கெல்லாம் முஸ்லீம்களுக்கு எதிராக அரிவாளைப் பார்ப்பனர்களோ இல்லை வேறு முன்னேறிய சாதியினரோவா உயர்த்தினர்.

இல்லை. தவறான மதவாத அரசியலுக்கு இரையான விளிம்புநிலை சமூகத்தவரே இப்பழியை ஏற்றனர். இதன் பொருட்டு இவர்களே வழக்கு வாய்தா என வாழ்வைத் தொலைத்தனர்.

இப்படி இருபக்க நியாயங்களையும் இப்புதினம் நடுநலை தவறாது பேசுகிறது. இது அடிப்படையில் முஸ்லீம்கள் தம்மோடு வாழும் மக்களால் காவல்துறையால் நீதியால் ஊடகங்களால் அரசால் அனுபவித்த வமுறையைப் பேசுவதால் இது ஒரு மத அரசியலைப் பேசுகிற பிரதியாகச் சுருங்கிப் போய்விடவில்லை. மாறாக மனிதகுலம் முழுவதும் அன்பை நேயத்தைப் பழகச்செய்யும் விழைவைத் தன் ஒவ்வொரு சொல்லிலும் தேக்கிவைத்திருக்கும் உன்னமான இலக்கியப் பிரதியாகவே மலர்ந்திருக்கிறது.

தனது முதல் நாவலைத் தமிழின் முக்கிய் பிரதியாய் அளித்திருக்கும் சம்சுதீன் ஹீராவின் விரல் பற்றி முத்தமிட விரும்புகிறேன்!

மண்ட்டோ எனும் மகத்தான கதை சொல்லி!

தூத்துக்குடி தீயிலிருந்து தப்பிக்க விரும்பி சதத் ஹசன் மண்ட்டோவிடம் தஞ்சம் புகுந்தேன். இந்திய சிறுகதைப் பரப்பில் நான் வெகுவாக போற்றும் கதை ஆளுமை மண்ட்டோ! மண்ட்டோ தன் கதைகளுக்காக நீதிமன்றங்களின் படிக்கட்டுகளைத் தாண்டியவன்.

பேரன்புக் கதைகளை எவ்வண்ணம் எழுதுவது என்பதை நம்மவர்கள் மண்ட்டோவிடம்தான் கற்றுக் கொள்ள வேண்டும்.

இந்தியா பாகிஸ்தான் பிரிவினை காலம். தேசத்தின் கொதிநிலைப் பருவம். மனிதர்கள் கொள்ளையர்களாக மாறி நகரங்களைச் சூறையாடினார்கள். விலங்குகளாக மாறி பெண்களை உரித்துத் தின்றார்கள்.

குருதி நகரங்களின் வண்ணமாக இருந்தது. தீ தட்பவெப்பமாகச் சுட்டது. ஓலம் மாந்தரின் மொழியாக இருந்தது.

தங்கள் கனவுகள் நிறமிழந்ததை, தங்கள் லட்சியங்கள் உடைந்துபோனதை காணச்சகியாது, கதவடைத்து, பாழ் கட்டிடங்களுக்குள் மனிதர்கள் பதுங்கி வாழ்ந்த காலத்தை எழுதியவன் மண்ட்டோ!

மதத்தாலும் பழைய நம்பிக்கைகளாலும் ஐஸ்கட்டியைப்போல உறைந்து கிடந்த இந்திய சமுகத்தை மண்ட்டோவின் சொற்கள் ஈட்டியைப்போல் பிளந்து உடைத்தன!

திருமண நாள் விழாவுக்கு வந்த தம்பி அருள்வேலன் மண்ட்டோவின் ‘சிவப்பு நிற மழைக்கோட்டில் ஒரு பெண்’ சிறுகதைத் தொகுப்பை அளித்துச் சென்றார். நான் பெரிதும் நேசிக்கும் உதயசங்கர் அவர்களின் மொழிபெயர்ப்பு.

என்னிடம் முன்பாக மண்ட்டோவின் ஒட்டு மொத்த தொகுப்பும் இருக்கிறது.

இருந்தும் இன்று இத்தொகுப்பின் தலைப்புக் கதையையும் பிரகாசமான விளக்குடன் ஒரு அறை கதையையும் வாசித்தேன்.

மனதின் விசித்திர அறைகளைத் திறந்து பார்க்க இருவரால் மட்டுமே முடியும். ஒருவர் மனோதத்துவ மருத்தவர். மற்றொருவர் படைப்பாளி.

மண்ட்டோவிடம் விந்தை நிறைந்த மனித மனதைத் திறந்து பார்க்கும் மாயச் சாவி இருக்கிறது.

ஒரு மலர் தன் மகரந்தத்தைப் பரப்ப எவ்வாறு தேனை வண்ணத்தை வாசனையைக் காட்டி வண்ணத்தியை அழைக்கிறதோ அவ்வாறு மண்ட்டோவின் மொழி அவரது கதைக்குள் நம்மை புதையவைக்கிறது.

மண்ட்டோவை ஆபாச எழுத்தாளன் எனப் பழிக்கவும் செய்தார்கள். ஆனால் போலி ஒழுக்கவாதச் சமுகத்தின் பாவனையைத் தொடர்ந்து கலைத்து வந்தவர் மண்ட்டோ.

பெண்களின் பெருகும் அழகியலை, தீராத் துயரைச் சலியாது எழுதியவர். 'சி.நி.ம.கோ. ஒரு பெண்' எல்லையோர பஞ்சாப் பகுதியில் நிகழும் கதை. பிரிவினையால் எரிந்து கொண்டிருக்கும் தருணமது.

ஒரு மழை நாள். கதையின் நாயகன் தன்னை அணைத்துக் கொள்ள ஒரு பெண் இருந்தால் பரவாயில்லையே என எண்ணி சாலைக்கு வருகிறான். வேகமாக வரும் காரின் குறுக்கே நிற்கிறான். திடீர் பிரேக்கால் கார் விலகி மரத்தில் மோதி நிற்கிறது. காருக்குள் சி.நி மழைக் கோட்டணிந்த பெண்.

அவளை வீட்டுக்கு அழைத்து வருகிறான்.

என்னைக் கொல்லப்போகிறாயா என அச்சப்படுகிறாள். இல்லை. வெளியில் கலவரம். நீ என்னோடு தங்கியிரு. நாம் பரஸ்பரம் அன்பு செய்யலாம் என்கிறான்.

இசையவோ விலகவோ முடியாது இருமனம் கொள்கிறாள் அப்பேதை.

விருப்பமில்லையென்றால் போகலாம் என்கிறான். இருவரும் முத்தமிட்டுக் கொள்கின்றனர். அவளது கோட்டை அகற்றுகிறான். மெல்லிய லாந்தர் ஒளியில் மழையில் கலைந்த அவள் முகம் தெரிகிறது. சாயம் வெளிறிய மயிற்கால்கள். திட்டுத்திட்டாய் பூச்சு கலைந்த வதனம்.

இளமை கடந்த பருவத்தில் அவனுக்கு தன்னை ஒப்படைக்க முடிவெடுக்கிறாள்.

அவனோ ஏமாற்றத்தில் நீ போய்விடு என்கிறான்.

சிலநாட்கள் கழித்து தன் நண்பனிடம் அந்த இரவைப் பகிர்கிறான்.

நண்பன் 'அவள் யாரென்று உனக்குத் தெரியவில்லையா. உன் இளம் வயதில் நீ யாருடைய ஓவியத்தைக் காப்பியடித்து வரைந்தாயோ அந்த பிரபலமான பெண் ஓவியர் 'எம்' தான் அவள்.

அன்றிரவில் நீ இரண்டு முறை அவளை கொலை செய்திருக்கிறாய்.

உன்னிடமிருந்து பதற்றத்தில் திரும்பிய அவள் விபத்தில் உயிரிழந்தாள். தன் இளம்பருவம் முழுவதும் ஆண்களை வெறுத்தவள் முன்பின் அறியாத உன்னிடம் தன்னை ஒப்படைக்கத் தயாரானபோது அவளை மறுத்து, அவளுள் முதன்முறையாக விழித்த பெண்ணைக் கொலை செய்தாய்!' என்கிறான்.

மண்ட்டோவின் கதைகள் நாம் வாழும் சமுகம் கட்டமைத்த நமது சமநிலையைக் குலைத்து புதிய மதிப்பீடுகளைத் தேடும் விழைவை அளிப்பவை!

கடவுளைவிடச் சிறந்த படைப்பாளி என தன் கல்லறை வாசகத்தை வாழும்போதே எழுதி வைத்த மண்ட்டோ.

மண்ட்டோ தீக்குச்சியை உரசுகிறார்.

அது கொளுத்துவதற்காக அல்ல.

விளக்கைப் பற்ற வைக்க!

தோப்பில், ஞாபகங்கள்! (அஞ்சலிக் குறிப்பு)

தென்தமிழக எழுத்தாளர்களில் புபி, சுரா, பூமணி, கோணங்கி, வ.தா, வ.நிலவன் அளவு அதிகம் பேசப்பட்டவரல்லர் தோப்பில் முகம்மது மீரான். ஆனாலும் இவர்கள் எவருக்கும் குறைந்ததன்று தோ.மு.மீரானின் இலக்கிய அழகியல்!

இதற்குக் காரணம் நமது இலக்கியச் சூழலை கவிந்திருக்கும் சாதி, மதக் கறைகளே!

ஒரு மொழியின் இலக்கியம் கவனம் பெறுவது, அம்மொழியைப் பேசும் எழுதும் அதன் உதிரி சமூகங்களின் வாழ்வியல் படைப்புக்குள் இயங்கும் போதுதான்! கடலும் கிழவனும் எனும் நாவல் மீனவர்களின் வாழ்வைப் பேசியது.

டால்ஸ்டாயின் பல படைப்புகள் உதிரி மனிதர்களின் மனக்கிலேசம் குறித்தவைதான். சங்க இலக்கியத்தின் வெற்றி என்பது அது ஆயர்களை, குரவர்களை, வேட்டுவர்களை, கள்வர்களைப் பாடியது என்பதுதான்! அவ்வகையில் தமிழில் வாழும் இஸ்லாமியர்களின் எண்ணிக்கைக்கேற்ப அச்சமூகத்தில் எழுத்தாளர்கள் உருவாகி வளர்ந்தது குறைவு. அதற்குக் காரணம் வணிக இதழ்கள் மட்டுமில்லை. சிற்றிதழ்களும் இசுலாமியர்களைப் புறக்கணித்ததே.

எப்படி இஸ்லாமியர்கள் தங்கள் வணிகத் தலங்களுக்கு தங்கள் மத அடையாளம் தவிர்த்து நேஷனல், பாரத் என்றெல்லாம் பெயர் வைத்தார்களோ அத்தகைய நெருக்கடி இலக்கியத்திலும் உருவானது.

இன்குலாப், மேத்தா, மனுஷ்யபுத்திரன் என பொது அடையாளங்களுக்குள் இயங்கவேண்டிய சூழல் உருவானது. இவர்களில் ஒரு சிலர் தவிர்த்து வெள்ளாள, பார்ப்பன அழகியலையே பின்பற்றி எழுதத் தொடங்கினர்.

இப்படியெல்லாம் இல்லாமல், தோப்பில் முகம்மது மீரான், ரசூல், சல்மா, ஜாஹிர் ராஜா போன்றோர் இசுலாமிய வாழ்வை

தமிழ் இலக்கியப் பரப்புக்குள் கொண்டு வந்தவர்களில் முக்கியமானவர்கள்.

இதில், தோப்பில், ரசூல், சல்மா போன்றோர் மதநெருக்கடிகளுக்கு அஞ்சாமல், தாங்கள் சார்ந்த மதத்தில் நிலவும் பிற்போக்குத்தனங்களை, மூடத்தனங்களை படைப்புகளூடாக விமர்சனப்படுத்தவும் செய்தார்கள். ஒருவகையில் இதை இந்து சார்பாளர்கள் ஆதரிக்கவும் செய்தனர்! என்பதையும் கவலையோடு எண்ணிப்பார்க்க வேண்டியிருக்கிறது.

தோப்பிலுடைய 'ஒரு கடலோர கிராமத்தின் கதை' நாவல். இந்நாவலில் ஒரு இசுலாமிய மதகுரு. தேங்காய்ப் பட்டினம் என நினைக்கிறேன். அங்கு ஒரு வசதியானவர் வீட்டில் தங்குவார்.

அவரது அழிச்சாட்டியத்துக்கு அளவே இல்லை! பேய் ஓட்டுவது, தீராத நோய்களைக் குணப்படுத்துவது என கதைவிட்டு காலம் கழிப்பார். வழக்கமாக சாமியார்கள் செய்வது போலவே குழந்தையில்லாத ஒரு பெண்ணோடு கள்ள உறவு கொண்டு குழந்தை பாக்கியம் தருவார். ஊரில் இருக்கிற கிறித்துவ மிஷனரி பள்ளியை இரவோடு இரவாகக் கொளுத்தி அறிவுப்பரவலுக்கு எதிராக இருப்பார். கிழவன் ஒருவனுக்கு சிறுமியை மணம் முடிப்பார்.

இந்த நாவல் ஒரு முஸ்லீம் பத்திரிகையில்தான் (80 களில்) தொடராக வந்தது. இஸ்லாமியர்களிடையே சகிப்பின்மை இல்லை, அவர்களிடையே சுயவிமர்சனம் இல்லை என்கிற வாதங்களை மறுப்பதற்காக தோப்பிலை முன்வைத்து இப்போது இவற்றை ஞாபகப்படுத்த வேண்டியிருக்கிறது!

தென் தமிழும், இஸ்லாத்தும் கலந்த சொல்லாடல் வளங்களை தோப்பில் தமிழுக்கு அளித்திருக்கிறார். அனலடிக்கும் ஒரு ரயில் பயணத்தில் இதையெல்லாம் எழுதாமலிருக்க இயலவில்லை. எழுத்து ஒரு போராட்டம். அதுவே எழுத்தாளனை தன் வாப்பாவிலிருந்தும் தன் உறவுகளிலிருந்தும் விலகிச் சிந்திக்க வைக்கிறது. அதுவேதான் ஒரு வசதியற்ற ரயில பயணத்தின் ஊடே தோப்பில் முகம்மது மீரானைக் குறித்து நான் சிந்திப்பதற்கும் காரணமாக அமைகிறது. தோப்பிலுக்கு அன்பும் வணக்கமும் உரியது!

ஒரு பிறை நிலா

இருபத்தைந்து ஆண்டுகாலம் ஆசிரியராகப் பணியாற்றியிருக்கிறேன். இப்போதுதான் முதன் முதலாக தமிழ் பாடப் புத்தகங்களில் சமத்துவத்தைப் பார்க்கிறேன்.

ரெட்டைமலை சீனிவாசன், அயோத்திதாச பண்டிதர், அம்பேத்கர் போன்றோரை மாணவர்கள் கற்கும் சூழல் இப்போதுதான் உருவாகி இருக்கிறது.

இதற்குக் காரணமானவரை மறக்கமுடியாது. அவர் உதயச்சந்திரன்.

அதே வேளை வழக்கமான ஏமாற்றும் வேலைகளும் தமிழ்ப்பாட புத்தகங்களில் நிகழ்ந்துள்ளது. மிக பலவீனமான சமகாலப் படைப்புகள், வெறும் பெயர் பொருட்டு இடம்பெறவும் செய்திருக்கின்றன. அவற்றைத் தள்ளுவோம்.

இன்று ஏழாம் வகுப்பு தமிழில் கண்ணியமிகு தலைவர் என்றொரு பாடம். முகம்மது இஸ்மாயில் (எ) காயிதே மில்லத் குறித்த பாடம்.

இன்று ஒரு அமித்ஷா என்றால் அன்று ஒரு படேல். நாடாளுமன்றத்தில், 'முஸ்லீம்களை அல்ல ஒரு இந்தியக் கொசுவைக்கூட இந்தியாவை விட்டு வெளியேற்ற அனுமதிக்க முடியாது!' என்று முழங்கியவர் காயிதே மில்லத்.

முஸ்லீம்கள் குறித்து சினிமா, சீரியல், ஊடகங்கள் தவறான பிம்பத்தை கட்டமைக்கிற சூழலில் காயிதே மில்லத் பாடம் வளரும் பிஞ்சு உள்ளங்களில் நேர்மறையான எண்ணங்களை உருவாக்குவதாக இருக்கிறது.

காயிதே மில்லத் படித்தது திருச்சி, தூய வளனார் கல்லூரியில். குடித்தது தாமிரபரணி தண்ணீரை. மதச்சகிப்பும் தமிழுணர்வும் அவரது குருதியில் கலந்திருக்கிறது.

இந்தியாவில் அரசு மொழியாக்கப்படும் தகுதியை தமிழ் கொண்டிருக்கிறது! என்று இந்திய பாராளுமன்றத்தில் முழங்கியவர் காயிதேமில்லத்.

அவரது தனிப்பட்ட காரியத்துக்கான அஞ்சல். கட்சி அலுவலகத்திலிருந்த தபால்தலையை ஒட்டப்போனார் உதவியாளர். கடிந்து, காசு கொடுத்து, அஞ்சல் நிலையத்தில் வாங்கிவரச் செய்து ஒட்டினார்.

மகனுக்குக் கல்யாணம். மணக்கொடை (என்ன அழகான சொல்) வாங்க மறுத்தார். திருமணத்தை எளிமையாக நடத்திவைத்தார்.

கூட்டங்களுக்கு காரில் செல்லாமல் தொடர்வண்டியில், பேருந்தில், ரிக்சாவில் சென்றார். ஆகவேதான் அவர் கண்ணியமிக்க தலைவராக உயர்ந்தார்.

இந்தியாவுக்கும் சீனாவுக்கும் போர். தன் ஒரே மகனை ராணுவத்தில் சேர்த்துக் கொள்ளுங்கள்! நேருவுக்குக் கடிதம் எழுதினார் காயிதே மில்லத்.

பாகிஸ்தான் முஸ்லீம் லீக் தலைவர் லியாகத் அலிகான் 'உங்களுக்கு என்ன உதவி வேண்டும்? செய்கிறோம்!' என்றார். 'எனக்கு ஒன்றும் தேவையில்லை. பாகிஸ்தானில் இருக்கும் இந்துக்களை, கிறித்துவர்களை பாதுகாப்பாக பார்த்துக்கொள்ளுங்கள். அது போதும்!' என்றார் காயிதே மில்லத்.

திருச்சியில் ஜமால் முகம்மது கல்லூரி, கேரளாவில் ஃபரூக் கல்லூரி உட்பட 14 கல்வி நிறுவனங்களைக் கட்டி எழுப்பி அறியாமை இருள் அணைத்தவர்.

அண்ணாவின் அரசியலுக்கு துணையாக விளங்கிய தூணவர். அரசியல் அமைப்புக்குழு உறுப்பினர்.

காயிதே மில்லத் என்பது ஒரு பெயரல்ல. மதச்சார்பின்மை, தமிழுணர்வின் அடையாளம்!

சிறு மனங்களில் இத்தகைய வெளிச்சங்களை ஏற்றி வைத்தால், வளர்ந்தபின், வெறுப்பரசியலின் இருள் அவர்களைச் சூழாது!

அப்படி ஏழாம் வகுப்பு தமிழ் புத்தகத்தின் 51, 52, 53 பக்கங்களில் ஒரு பிறைநிலா பிரகாசிக்கிறது!

தமிழர் இருள் அகலட்டும்!

அன்பின் பேரொளி!

இப்போதெல்லாம்

எனது காலைப் பொழுதை பாடல்களே திறந்துவைக்கின்றன.

அப்படி இன்று செவியில் விழுந்த இசைத்தேன்

'க்வாஜா எந்தன் க்வாஜா —

என் உயிருக்குள் வா வா

ராஜாவின் ராஜா —

அலியாரின் அன்பாலா' என்கிற பாடல்.

இதைப் பாடிய கார்த்திக் ஒரு மாற்றுத் திறனாளி (ஆட்டிசம்). ஸீ டிவியின் சரிகமபத வில்தான் இந்தப் பாடலைக் கேட்டேன்.

எனக்கு இஸ்லாமிய இசையின் தாத்பரியங்கள் குறித்து பெரிதாக புரிதல் இல்லை. தமிழின் சித்த மரபென்பது இஸ்லாமியர்களும் இணைந்ததே.

இதை சூஃபி மரபு என்று கூறுகிறார்கள். நாட்டுப்புற இசைக்கூறுகளைக் கொண்ட சூஃபி வகைமை பாடல்களைத் தந்தவர்களாகத் தக்கலை பீரப்பா, குணங்குடி மஸ்தான், குலாம் காதிரு நாவலர், செய்கு தம்பி பாவலர் போன்றோர் திகழ்ந்தனர்.

கர்நாடக இசை வடிவத்தையும் இந்துஸ்தானியையும் இணைத்து புதிய இசைக்கோர்வைகளை இசைமணி யூசுப், உசைன் பாகவதர், வாஹித், காரைக்கால் தாவூத் போன்றோர் உருவாக்கியிருந்தனர்.

பிறவி இசையறிஞர் நாகூர் ஹனீபா. ஹனிபாவின் ஒரு சில பாடல்களை கேட்டிருக்கிறேன்.

அவரது இறைவனிடம் கையேந்துங்கள், கண்கள் குளமாகுதம்மா போன்ற பாடல்களில் என்னை இழந்திருக்கிறேன்.

இஸ்லாமியரகள் தமிழிசை மரபுக்கு முக்கிய பங்களிப்பை செய்திருக்கிறார்கள். நாதஸ்வரம் போன்ற மங்கல இசையில் விற்பன்னராகத் திகழ்ந்தவர் ஷேக் சின்ன மௌலானா, அவரது

வாரிசுகள் காசிம்பாபு சகோதரர்கள் மற்றும் ஷேக் சுபானி மற்றும் காலிஷாபீ போன்றோரும் இத்துறையில் பங்களிப்பு செய்துள்ளனர்.

ஏ.ஆர்.ரஹ்மானை இன்று உலகம் கொண்டாடுவதை அறிவோம். பின்னணிப் பாடகர் மனோ ஒரு இசுலாமியர் என்பது பலருக்குத் தெரியாது.

திரைத்துரையைச் சேர்ந்த நண்பர் அசோக் இந்தத் தகவலை கூறினார்.

சரி, காஜா எங்கள் காஜா பாடலுக்கு வருவோம்.

இந்தப் பாடலை ஏ.ஆர்.ரகுமானும் பாடியிருக்கிறார்.

கார்த்திக் கூடுதலாக நம்மை உருக வைக்கிறார். ஒரு கன்றுக் குட்டி தாயின் மடி தேடி சுற்றி வருவதுபோல, ஒரு நிமிடம் உலக நினைவுகள் அற்று மனம் இந்தப் பாடலையே சுற்றிச் சுற்றி வருகிறது.

இப்பாடலின் அர்த்தம் பெரிதாய்ப் புரியவில்லை. ஆனால் எல்லையற்ற அமைதியை, நிம்மதியை தரும் பாடல்.

கல்லாய் உறைந்திருக்கிறது மனம். இப்பாடல் மனித மனம் கல் அன்று. ஓர் ஐஸ்கட்டி என்று காட்டுகிறது. கரைந்து கண் வழியாகக் கொட்டுவதை நாம் அனுபவிக்க முடியும்.

அல்லா யார்? நபிகள் நாயகம் யார்? பெரிதாகத் தெரியாதவன். ஆனாலும் கடவுளைத் தேடும் ஒரு பாடல் நாத்திகன் ஒருவனையும் கட்டி இழுக்கிறது. அதுவே இசையின் மகத்துவம்!

'இருள் நீக்கும் அன்பின் பேரொளியே — நிழலாகும் கருணைக் கடலே

உன் பாதம் சேரும் வரை — வாழ்க்கை என்பதொரு

கனவு தானே காஜா!'

இப்படி நம் பாரத்தை எங்கோ ஓர் இடத்தில் இறக்கி வைக்க முயலுகிறோம்.

எனக்கு அது ஓர் ஆலமரத்தின் நிழலாக இருக்கிறது. என் இசுலாமியத் தோழனுக்கு அல்லாவின் பாதக் கமலமாக இருக்கிறது.

லவ் ஜிஹாத் (சூ.ஃபியும் சுஜாதையும்)!

கேரளத்தைச் சேர்ந்த ஹாதியா ஜஹான் இந்தியாவின் கவனத்தை ஈர்த்த பெண். ஹாதியா இந்துப்பெண்.முஸ்லீம் இளைஞரைக் காதலித்து மணம் செய்தவர். அவரது தந்தை ஹாதியாவின் காதலை 'லவ் ஜிகாத்' என்றார். லவ் ஜிகாத் என்பது ஆர்.எஸ்.எஸ் கண்டு பிடித்த வார்த்தை.

நம் ஊர் நாடகக் காதல் போன்ற சொற்பதம்.

பிற மதத்தைச் சேர்ந்த இளைஞர்களை காதலிக்கும் பெண்கள் இத்தகைய நெருக்கடிகளை எதிர்கொள்கிறார்கள். புகுந்த வீட்டில் கடுமையான சடங்குகள், புதிய சூழல், புதிய பண்பாடு இவற்றை தன் பெண் எதிர்கொள்ள வேண்டியிருக்குமே! என மரபு வழியில் வந்த பெற்றோர் மனம் யோசிக்கிறது. அதே வேளை தங்கள் மதத்தின் பரிசுத்தம் கலைவதாக மதத்தலைவர்கள் எண்ணுகிறார்கள்.

கேரள ஃபாதர் ஒருவர் 'இத்தகைய லவ் ஜிகாத்துகள் கிறித்துவத்தின் புனிதத்தை அழித்துவிடும்!' என வெளிப்படையாக தேவாலய வழிபாட்டுக் கூட்டத்திலேயே அறிவித்தார்.

கேரளா பன்முகம் கொண்ட மக்கள்கூட்டம் வாழும் பகுதி. இதை கடவுளின் பூமியென்பதில் மலையாளிகளுக்கு அவ்வளவு சந்தோஷம். உண்மையில் அது கடவுள்களின் பூமி.

ஒப்பீட்டளவில் முஸ்லீம்கள், கிறித்துவர்கள் பிற மாநிலங்களைவிட கேரளாவில் அமைதியாக பாதுகாப்பாக வாழ்கிறார்கள். அம்மாநிலத்தின் கம்யூனிஸ்ட், காங்கிரஸ் பாரம்பரியமும் இதற்குக் காரணம்.

ஆனால் சமீப காலமாக பாஜக ஒரு விஷச் செடியாக அங்கு மெல்ல வளர்ந்து வருகிறது. இந்தப் பின்னணியில்தான் சூஃபிக்கும் சுஜாதைக்கும் இடையே எழும் காதல், 'லவ் ஜிகாத்'தாகப் பார்க்கப்படுகிறது.

அதே வேளை சூஃபியும் சுஜாதையும் இந்த லவ் ஜிகாத்தை நேரடியாக விரிவாகப் பேசுகிற ஒரு அரசியல் படமும் அல்ல.

லவ் ஜிகாத் எனக்கூறி, பிரிக்கப்பட்ட இரண்டு காதலர்களின் பேரவலத்தை மௌனமாகப் பேசியிருக்கிற படம்.

சுஜாதா (அதிதி ராவ் ஹைத்ரி) வாய் பேசமுடியாத, கதக் நடனத்தில் ஆர்வமுடைய பெண். ஒரு நாள் கிராமப் பேருந்தில் ஒரு சூஃபி இளைஞனைப் (தேவ் மோகன்) பார்க்கிறாள். தன்னுடைய மிஸ்பஹாவை (ருத்ராட்ச மாலை போன்றது. 99 மணிகளைக் கொண்டது. ஒவ்வொன்றும் அல்லாவின் வெவ்வேறு திருநாமங்கள்) பேருந்தில் கவனக்குறைவாக விட்டுச் செல்கிறான் சூஃபி. சுஜாதை அதை எடுத்து வைத்துக் கொள்கிறாள்.

சூஃபி இளைஞன் மார்க்கப் பயணம் முடிந்து தனது ஆசானைக் காண (உஸ்தாத்) வருகிறான். சிறு வயதில் அவனது தாய் கொடுத்ததுதான் அவன் பேருந்தில் தவறவிட்ட மிஸ்பஹா. சூஃபி இளைஞனுக்கு யார் ஆசானோ அவரேதான் சுஜாதைக்கும் கலை ஆசான்.

சூஃபிகள் இஸ்லாத்தின் ஒரு பிரிவாகக் கருதப்படுபவர்கள். இவர்கள் சம்பிரதாயமான சடங்குகளைத் தவிர்த்து, இயற்கையில் நாட்டமுடையவர்கள்.

மெய்ஞானத் தேடலுடையவர்கள். நம்மூர் சித்தர்களைப் போன்றவர்கள்.

மத்தியக் கிழக்கு ஆசியாவில் இன்று சூஃபியிஸம் பேசப்படுவது போலவே, இசை, நடனம் போன்ற சூஃபி கலைகளும் வெகுவாகப் பரவி வருகிறது.

இந்தப் படத்தில் சூஃபி கட்டைவிரலை ஊன்றி ஆடும் நடனம் நம்மைப் பரவச நிலைக்கு கொண்டு செல்லுகிறது. கலைத் தேட்டமுள்ள சுஜாதையின் மனமும் அவன்பால் நாட்டமுறுகிறது. அழகான ஓடைகள், நதிகள், பச்சைப் பசேலென விரியும் காடுகள், சூஃபி இசை, சுழன்றாடும் நடனங்கள். சூஃபிக்கும் சுஜாதைக்கும் மலரும் காதல். நம் நெஞ்சில் ஒரு அருவியைப்போல் இறங்குகிறது.

ஜலாலுதின் ரூமி போன்ற சூஃபி ஞானிகள் நடன நிலையில் இறையோடு இணைய முயன்றவர்கள். சூஃபியும் சுஜாதையும் இசையோடும் நடனத்தோடும் இயற்கையோடும் காதலோடும் இறையை அடைய நினைப்பவர்கள்.

ஆனாலும் சுஜாதையின் தந்தை (சித்திக்) லவ் ஜிஹாத் என்று பிரிக்கிறார். சுஜாதையை சூஃபியிடமிருந்து பிரித்து வசதியான என்ஆர்ஐ மாப்பிள்ளைக்கு (ஜெயசூர்யா) மணமுடிக்கிறார்.

ஆண்டுகள் கடக்கிறது. உஸ்தாத் இறக்கிறார். திரும்பி வரும் சூபியும் பிரார்த்தனையின்போது இறக்கிறான். ஒரு அன்புமயமான காதல் கதையை, துயரமாக்கி மனிதர்கள் கடவுளின் பெயரால் முற்றுப் புள்ளி வைக்கிறார்கள்.

கடைசியாக சுஜாதை ஒரு நள்ளிரவில் சூஃபியின் ஆன்மாவிடம் அவனது மிஸ்பஹாவை ஒப்படைக்கிறாள்.

ஒரு நதி எந்தப் பாவமும் அறியாமல் கொலை ஆயுதத்தையும் கழுவிச் செல்கிறது. மனிதர்களும் அப்படிதான் காதலைக் கொன்ற ஆயுதங்களை, ஆலயங்களின் புனித நீரில் கழுவுகிறார்கள்.

தேவ் மோகனின் அமைதி தவழும் கண்கள், அதிதி ராவின் சாந்தம் படர்ந்த வதனம், மீண்டும் மீண்டும் நம் நினைவலைகளில் மிதந்து தொந்தரவு செய்கின்றன.

புனித யுத்தம் நடத்த காதலர்களிடம் எந்த ஆயுதங்களும் இல்லை. அவர்கள் மிக மௌனமாக அடிப்படைவாதிகளின் தாகத்துக்காக, தங்கள் குருதியை நிரப்புகிறார்கள்.

மனிதர்களே! காதலர்களின் ரத்தம் உடல் நலனுக்கு, குடும்ப அமைதிக்கு, சமூக நல்லிணக்கத்துக்கு மிகக் கெடுதி என்கிறது சூஃபியும் சுஜாதையும்.

நபிகள் புகழ் பேசும் 'சீறாப்புராணம்'

'சொல்லச் சொல்ல இனிக்குதடா முருகா உன் பெயரை!' பாடல் செவியில் விழுந்த காலைப் பொழுது. கையில் சீறாப்புராணம் இருந்தது. சீறா என்பது சீறத் எனும் அரபுச் சொல்லிலிருந்து திரிந்தது. சீறத் என்றால் வரலாறு.

நபிகள் வரலாற்றைப் பேசும் புராணமே சீறாப்புராணம்.

இசுலாமிய தமிழ்ப் பெரும் கவியாளுமை உமறுப் புலவரால் எழுதப்பட்ட காப்பியம். தமிழ் காப்பிய மரபில் அமைந்த 17 ஆம் நுற்றாண்டு இலக்கியம்.

கம்பராமாயணத்துக்குப் (12 ஆம் நூற்றாண்டு) பிறகு தமிழில் காப்பிய இலக்கியங்கள் வளராத நிலையில், 17ஆம் நூற்றாண்டில் எழுதப்பட்ட நூலிது.

சமகாலத் தமிழர்கள் இந்நூல் குறித்து சரியாகப் பேசவில்லை என்கிற வருத்தம் எனக்குண்டு.

அண்ணல் முஹம்மது(ஸல்) அவர்களின் திருத்தோழர் அப்துல்லாஹ் இப்னு பாகிர். அவருடைய பரம்பரையில் வந்தவர் 'சேகு முதலியார்' என்றழைக்கப்பட்ட செய்கு முஹம்மது அலியார் ஆவர்.

இவர் மலையாள பூமியிலிருந்து வாசனைத் திரவியங்கள் விற்க எட்டையபுரம் அரண்மனை வந்தார். மன்னரின் அன்பைப் பெற்றவர் எட்டையபுரத்தில் தங்கினார். அவரது அருந்தவப் புலவரே உமறு.

உமறு எட்டையபுர அவைப் புலவர் கடிகை முத்துப் புலவரிடம் தமிழ் பயின்றார். குருவுக்குப் பிறகு உமறு அவைப்புலவரானார்.

செய்கு அப்துல் காதிர் மரைக்காயர் (எ) வள்ளல் சீதக்காதியின் வேண்டுகோளுக்கிணங்க உமறுப் புலவர் சீறாப்புராணத்தை எழுதினார்.

இது விலாதத்துக் காண்டம்,நுபுவ்வத்துக் காண்டம், ஹிஜ்ரத்துக் காண்டம் என மூன்று காண்டங்களை உள்ளடக்கியது.

92, படலங்களை, 5228 பாடல்களைக் கொண்டது.

இந்நூல் 17 ஆம் நூற்றாண்டில் எழுதப்பட்டிருந்தாலும் பதிப்பிக்கப்பட்டது என்னவோ 18 ஆம் நூற்றாண்டில்தான்!

பதிப்பித்தவர் புலவர் நாயகம் செய்கு அப்துல் காதிறு நயினார் ஆவார்.

இந்நூலில் நபிகள் நாயகத்தின் வாழ்வு, திருமணம், நபிகள் பட்டம் பெற்றது, அவரது ஆன்மீகக் கொள்கை போன்றவற்றை நம்மால் அறிய முடிகிறது.

சீறாப்புராணத்தில் நபிகள் நாயகம் கதீஜாவை திருமணம் புரிந்து, நகர் உலா வருகிற காட்சியை உமறுப் புலவர் பாடியிருக்கும் விதம் அழகானது.

அதை மட்டும் இங்கு சிறிய அளவில் பகிர விரும்புகிறேன்.

நபிகள் நாயகத்தை இறைத் தூதராகவே கேட்டும் படித்தும் வந்த நமக்கு இந்தக் காட்சி அவரை ஒரு இளைஞராக, வசீகரமானவராக, கதீஜாவின் அன்பைப் பெற்ற கணவராக அறிமுகப்படுத்துகிறது.

உலா இலக்கியத்தில் தலைவன் உலா வருகையைக் காண, பேதை, பெதும்பை, மங்கை, மடந்தை, அரிவை, தெரிவை, பேரிளம் பெண்களும் காத்திருப்பார்கள். என்பது உலா இலக்கியத்தின் பண்பு.

தலைவனின் அழகில் மயங்கி இவர்களது வளை கழல்வதாக பாடுவதே உலா இலக்கியம். பேதைப் பருவமெல்லாம் குழந்தைப் பருவம்!

ஆனால் நபிகள் நாயகமோ இறைத் தூதர். அப்படிப் பாட முடியாது. நபிகள் நாயகம் கதீஜா பிராட்டியோடு குதிரையில் வருகிறார்.

தண்ணுமை, முருடு, துந்துபி, சிறுபறை, சல்லரி, பதலை, திண்டிமம், பேரிகை, முரசு, மத்தளம் போன்ற இசைக் கருவிகள் ஆர்ப்பரிக்கின்றன.

'செழுமுகிற் கவிகையஞ்

செம்மல் வீதிவாய் வழுவறு

பவனியின் வருகின் றாரென

வெழுவகைப் பேதை

பேரிளம்பெண் ஈறதாய்க்

குழுவுடன் றிசைதிசை

நிறைந்து கூடினர்’

என இக்காட்சியை உமறு விவரிக்கிறார்.

சூழ்ந்திருக்கும் பெண்கள் தன் மகன், அழகிய கதீஜாவை திருமணம் செய்து உலா வரும் காட்சியைப் பார்த்து மகிழ, நபிகளின் தாயார் ஆமீனா இல்லையே என வருத்தப்படுகின்றனர்.

முழுமதியென பிரகாசிக்கும் முகமுடைய நபிகளை மணம் செய்த கதீஜா பேறு பெற்றவள் ! என சில பெண்கள் புகழ்கின்றனர்.

சில பெண்கள், ‘நாங்கள், நபிகள் — கதீஜா இணையின் அழகைக் காண வேண்டும். குதிரையே சற்று மெதுவாக செல்!’ எனக் குதிரையிடம் வேண்டுகின்றனர்.

இப்படி தமிழப் பண்பாட்டுக்கு உகந்த, தமிழ் காப்பிய மரபில் அமைந்த சீறாப்புராணத்தை, ஒரு மதத்துக்கு உரிய நூலாக எண்ணாமல், ஓர் இலக்கிய வகைமையாக தமிழர் படிப்பது அவசியம்.

தமிழ்ச் சமூகம் செய்யுமா ? தெரியவில்லை. வசதி படைத்த இசுலாமிய அமைப்புகள் சீறாப்புராணத்தை தமிழார்வலர்களிடம் எடுத்துச் செல்லும் முயற்சியை மேற்கொள்ள வேண்டும்.

இதில் உள்ள அரபு, உருதுச் சொற்களை எளிமைப்படுத்தி பொருளறியத் தரவேண்டும். புத்தகக் காட்சிகளில் எல்லோரும் வாங்கும் விலையில், அழகில், சீறாப்புராணத்தை தமிழரிடம் கையளிக்க வேண்டும் !

பக்தி இலக்கிய வாசிப்பு!

எனது நாத்திக மனம் பக்தி இலக்கியங்களை வாசிப்பதில் எந்த இடையூறையும் ஏற்படுத்துவதில்லை. அதனால்தான் தினகரன் ஆன்மீகம் போன்றவற்றையும் நான் வாசிப்பதுண்டு.

'தாயின் காலடியில் சொர்க்கம் இருக்கிறது!' என்கிற நபிகளின் சிந்தனையை, சிராஜுல்ஹசன் என்பவர், இந்த வாரம் தினகரன் ஆன்மீக இணைப்பில், விளக்கி எழுதியிருந்தார்.

நபிகளின் தோழர் ஒருவரால் மரணப்படுக்கையில் கலிமா சொல்ல முடியவில்லை. அவரது தாயின் கோபமே இதற்கு காரணம், என நபிகள் அறிகிறார். தாயிடம் சென்று மகனை மன்னிக்க வேண்டுகிறார்.

தாயோ, மகன் தனக்கு செய்த தீங்கை எண்ணித் தயங்குகிறார். நபிகள், அந்த மகனுக்கு தீக்குண்டம் தயார் செய்யக் கோருகிறார்.

தன் மகன் நரகத்துக்கு செல்வானே! என நடுங்கும் தாய், 'இறைதூதரே என் மகனை மன்னித்தேன்!' என்கிறார்.

மகனின் திருவாய் கலிமாவை மொழிகிறது. இறைவனைப் புகழ்ந்த மகன் உயிர் விடுதலை அடைகிறது. தாயின் மேன்மையைக் காட்டும் சிந்தனை.

குர்ரான், பைபிள் அனைத்தும் பக்தி இலக்கியங்களே. Northrop Frye என்பவர், 'The Bible as Literature' என்று நூலே எழுதியிருக்கிறார்.

பக்தியை, பக்தி இலக்கியத்தை, திராவிட இயக்கங்கள் அணுகும் முறை வேறு. பொதுவுடமை இயக்கங்கள் அணுகும் விதம் வேறு!

இந்து மதத்தில் கடவுளின் பேரால் தீண்டாமையும், பெண்ணடிமையும் நிகழ்வதால் கடவுளைக் கற்பித்தவன் முட்டாள்! என்றார் பெரியார்.

அதேவேளை கடவுளை நம்புகிறவர்கள் எல்லோரும் காட்டுமிராண்டிகள்! எனக் கருத என் நெகிழ்ந்த மனநிலை இடம் தரவில்லை.

மதம் emotions and feelings தொடர்புடையது. இதில் மதிப்பச்சம், வியப்பு, பயபக்தி என நிறைய உணர்நிலைகள் அடங்கியிருக்கின்றன.

பொதுவுடைமை இயக்கமோ திராவிட இயக்கங்கள் அளவு மக்களின் பக்தி மனநிலையை காட்டமாக எதிர்க்கவில்லை. அண்ணா, திமுக ஆரம்பித்த பிறகு பக்தி இலக்கியத்திலிருந்து 'ஒன்றே குலம் ஒருவனே தேவன்!' என்ற வாசகத்தை எடுத்தாண்டு பெரியாரிலிருந்து நெகிழ்ந்தார்.

பொதுவுடமை சமூகம் மலரும்போது பக்தி குறித்த முற்போக்கான மனநிலை மக்களிடம் ஏற்படும்! என இடதுசாரிகள் கருதினர். பக்தி இலக்கியங்களை இடது அமைப்புகள் முற்றாகப் புறந்தள்ளவில்லை.

'மனித இனத்தினால் தோற்றுவிக்கப்பட்ட அனைத்து இலக்கியங்களின் மூலம் அறிவை வளர்த்துக் கொள்பவனே கம்யூனிஸ்ட் ஆக முடியும்!' என்றார் லெனின்.

'பக்தி' என்பது சமற்கிருத சொல். 'பஜ்' எனும் சொல்லிலிருந்து உருவானது.

'பிரி, வழங்கு, பகிர்ந்துகொள், சேர்ந்து பெற்றுக்கொள், அனுபவி' போன்ற அர்த்தங்களை உடையது.

தமிழ் இலக்கியத்தில் பக்தி இலக்கியத்தை கழித்தால் நீண்ட வெறுமையே மிஞ்சும். சமணம், பௌத்தம், ஆ சீவகம், சைவம், வைணவம், கிறித்துவம் என எல்லா மதங்களும் மெய்மையைத் தேடும் மிகச் செழித்த ஊடகமாகத் தமிழ் மொழி திகழ்ந்தது, திகழ்கிறது.

சமணம் பௌத்த இலக்கியங்கள், வணிக சமூகத்தின் வளர்ச்சியில் தோன்றியவை. சைவமும் வைணம் நிலவுடைமைச் சமூகத்தில் தோன்றியவை. சமணம் பௌத்தம் விதி, துறவு பற்றி பேசுகின்றன. சைவம், வைணவம் போன்றவை இல்லறத்தோடு கலந்து பக்தியை பேசுகின்றன. 'மண்ணில் நல்ல வண்ணம் வாழலாம்!' என்கிற தேவாரப் பாடலில் இருந்து இதை நாம் அறியலாம்.

சைவ, வைணவ பக்தி இலக்கியங்கள் உச்சத்தில் இருந்த காலம், கிபி 500 — கி.பி 900. சங்க இலக்கிய அகமரபுகளைக் கொண்டே பக்தி இலக்கியங்கள் இங்கு வளர்ந்தன. ஆண்டாள், ஆழ்வார்கள் கடவுளிடம் காதலால் கசிந்துருகினார்கள். சங்க இலக்கிய பரிபாடல் பெரும்பாலும், வழிபாட்டு முறைகளை உள்ளடக்கிய பாடல்களே!

நபிகள் நாயகத்தில் தொடங்கினேன். இசுலாமிய பக்தி இலக்கியங்கள் நீண்ட காலப் பின்னணி உடையவை. இவை போர்ச்சுகீசியர்களால் அழிக்கப்பட்டிருக்க வாய்ப்புண்டு என ஆய்வறிஞர்கள் கருதுகின்றனர். சாண்டில்யன் யவனராணி என்ற நாவல் எழுதியிருப்பார். யவனர்களும் இசுலாமியர்களே. மசலா, நாமா, கிஸ்ஸா, முனாஜாத்து, திருமண வாழ்த்து, நொண்டி நாடகம் போன்ற இலக்கிய வடிவங்கள், இசுலாம் இலக்கியம் தமிழுக்கு அளித்தவையாகும். மசலா என்பது புதிர் வினா/ விடைத் தன்மை கொண்டது. சக்கரவர்த்தி திருமகன் படத்தில் எம்ஜிஆரும் என்எஸ்கேயும் இத்தகைய 'மசலா' பாடல் ஒன்றைப் பாடுவார்கள்.

எம்ஜிஆர், 'உலகத்திலே பயங்கரமான ஆயுதமெது?' என்பார். என்எஸ்கே, 'கத்தி, கோடறி, ஈட்டி' என்பார். எம்ஜிஆர் 'இல்லை, நிலைகெட்டுப்போன நயவஞ்சகரின் நாக்குதான் அது!' என்று பதிலுரைப்பார். பலர் கேட்டிருப்பீர்கள்.

16 ஆம் நூற்றாண்டில், ஆலிம் புலவரால் எழுதப்பட்ட மெஹ்ராஜ் மாலையிலிருந்து அதிகாரபூர்வ தமிழ் இஸ்லாம் பக்தி இலக்கியம் தொடங்குகிறது.

திருக்குறளுக்கு உரையெழுதிய போப், பரிமேலழகர் போன்றோரிடமிருந்து மாறுபட்டு எழுதுகிறார். கிறித்துவத்தில் ஊழ் இல்லை. இதுபோன்ற இடங்களில் கிறித்துவ நம்பிக்கையை ஒட்டிய வகையில் போப் உரை எழுதுகிறார். கலைஞர் எழுமை என திருக்குறளில் வரும்போதெல்லாம் ஏழு பிறப்பு என்று கூறாமல், காலமெல்லாம், ஏழு தலைமுறை என்று விளக்கம் கூறுகிறார். ஆகவே, நவீன தமிழ் வாசிப்பு என்பது பக்தி இலக்கியங்களை ஊன்றிப் படிக்காமல் முழுமை அடையாது!

பெருவழி

உலகம் ஒரு கடல். இதில் வாழ்வென்பது படகு. நாம் கடந்து போகவே வந்தோம். இதன்பொருட்டே தன்னை 'ஆழித்துரும்பு' என அழைத்துக் கொள்கிறார் தாயுமானவர்.

இப்படி கடந்து செல்ல ஆயிரம் மார்க்கங்கள் உலகில் உள்ளன.

அதில் ஒன்று சூஃபி வழி.

அது இதயத்தின் பாதை.

ஆன்மாவின் பாதை.

உள்ளொளியால்

உணர்ந்து கடக்கிற பாதை.

சூஃபி ஞானிகளின் மெய்ஞானக் கதைகள் இஸ்லாமிய பக்தி இலக்கியங்களில் கொட்டிக் கிடக்கின்றன. அப்படி ஒரு புகழ்பெற்ற (இத்தகைய சொல்லாடல்களை சூஃபிகள் விரும்புவதில்லை) சூஃபி, அபூ பக்ர் ஷிப்லி.

ஷிப்லி வசதியும் அதிகாரமும் நிரம்பிய குடும்பத்தில் பிறந்தவர். இவரது தந்தை கலீபாவின் அரண்மனையில் அதிகாரியாகப் பணியாற்றியவர்.

மார்க்க நூல்களை இளம் வயதில் கற்றறிந்தவர் ஷிப்லி. தமாவந்த் மாநிலத்தின் ஆளுநராகப் பதவி வகித்தவர்.

அறிவையும், அதிகாரத்தையும் தூக்கி எறியாமல் அகந்தையை அழிக்க முடியாது என ஒரு கட்டத்தில் உணர்கிறார். ஜூனைத் எனும் சூஃபி அருளாளரை சரணடைகிறார். ஜூனைத் இவரை பிச்சையெடுக்கப் பணிக்கிறார். அன்றிலிருந்து ஒவ்வொரு நாளும், தன் மனசில் அகங்காரம் சேகரமாகிவிடாமல் பார்த்து பார்த்து சுத்தமாக்குகிறார் ஷிப்லி.

மனமே ஆலயம். மனசுக்குள் அகங்காரம் புகுந்தால் ஆன்மா இருண்டுவிடும்.

‘உள்ளம் பெருங்கோயில்

ஊனுடம்பு ஆலயம்’ என்கிறார் திருமூலர்.

‘காயமே கோயிலாகக்

கடிமனம் அடிமையாக’

என்கிறது தேவாரம்.

‘நெஞ்சகமே கோயில்

நினைவே சுகந்தம்

அன்பே மஞ்சனநீர்

பூசைகொள்ள வாராய் பராபரமே!’

இறையை அழைக்கிறார் தாயுமானவர்.

திருமூலரும், அப்பரும் மாணிக்கவாசகரும், சம்பந்தரும் வள்ளலாரும் நடந்த பெருவழிப்பாதையே ஷிப்லி உடையதும். சில இடங்களில் ஷிப்லி ஒரு படி மேலே செல்கிறார்.

இன்று பெருநாள். நாகூர் ரூமி எழுதிய ‘ஸூஃபி வழி : இதயத்தின் மார்க்கம்’ நூலை வாசிக்கிறேன்.

ஷிப்லியைப் பற்றிய ஒரு சிறு நிகழ்ச்சி. மனசை அசைத்தது.

ஷிப்லி உடலை சுத்தம் செய்துகொண்டு பள்ளிவாசலுக்குள் நுழையப்போகிறார்.

‘ரொம்ப சுத்தமாக இருக்கிறோம். என்கிற அகந்தையில், என் வீட்டுக்குள் நுழைகிறாயா?’ அவருக்கு உள்ளே, ஒரு குரல் கேட்கிறது.

ஷிப்லி திரும்பிச் செல்ல எத்தனிக்கிறார்.

‘என் வீட்டுக்கு வந்துவிட்டு, உள்ளே வராமல், அவமதிக்கும்படி, திரும்பிப் போகிறாயா? எங்கே போவாய்?’ என்கிறது குரல்.

இப்போது ஷிப்லி உரத்த குரலில் முறையிடுகிறார்.

‘என்னைத் திட்டுகிறாயா?’ என்கிறது குரல்.

ஷிப்லி அமைதியாகிறார்.

'நான் தரும் கஷ்டங்களை சகித்துக்கொள்வதுபோல நடிக்கிறாயா?' கேலி செய்கிறது குரல்.

இப்போது ஷிப்லியால் சும்மா இருக்க முடியவில்லை.

'இறைவா, என்னை உன்னிடமிருந்து காப்பாற்றும்படி, உன்னை நான் கெஞ்சிக் கேட்டுக் கொள்கிறேன்'

ஷிப்லியை என்னால் தரிசிக்க முடிந்தது. சிரித்துவிட்டேன். அடுத்தகணம் அமைதியானேன்.

'நான் சிறந்த பக்திமான்' எனற அகந்தையைக்கூட, தன்னேறில்லா தனிப்பெரும் சக்தி விரும்புவதில்லை.

பக்தியையே கீழே போடச் சொல்லும் இறைமுன்னால், மானுடர்கள் மதம்பொருட்டு, ஆயுதம் தூக்குகிறார்களே!

பிறவிப்பெருங்கடலை நீந்த, சுமையாக இருக்கும் அனைத்து தீமைகளையும் தூக்கியெறியுங்கள். கனமின்றி வாழுங்கள்! என்கிறார் ஷிப்லி.

உடல் தூய்மையோடு கோவிட் காலத்தைக் கடப்போம். உளத் தூய்மையோடு வாழுங்காலத்தைக் கடப்போம்.

அன்பின் மாண்பும் மதவெறியின் கீழ்மையும்

மனிதர்கள் அழிந்துவிடுகிறார்கள்.

மதம் எனும் பெயரில் அவர்களிடம் வளர்ந்துவிட்ட வெறுப்பு மட்டும் அழிவதில்லை. அது அடுத்துவரும் தலைமுறைகளிடமும் வளர்ந்தவாறு இருக்கிறது.

அன்பை பரப்புவதாகக் கூறும் மதம் ஏன் வெறுப்பை வளர்க்கிறது? மதம் என்பது தனி மனித நம்பிக்கையாக, இறையச்சமாக இருக்கிறவரை பிரச்சனையில்லை. மத நம்பிக்கை அடிப்படைவாதமாக மாறுகிறபோதுதான் பிரச்சனை உருவாகிறது.

பிற கடவுளர்களை இழிவுபடுத்துதல், பிற மத நம்பிக்கைகளை, பண்பாடுகளை அவமதிப்பது, கேவலப்படுத்துவதென மதநம்பிக்கை, மதவெறியாக பரிணமிக்கறபோதுதான் அடிப்படைவாதம் உருவாகிறது.

பிறரது வழிபாட்டுத் தலங்களை சிதைப்பது, பிற மதத்தவரை அழிப்பது, இவையனைத்தும் இறைவனுக்கு செய்யும் புனிதக் கடமையாக மாறுகிறபோது, அடிப்படைவாதம் பயங்கரவாதமாகப் பரிணாமம் கொள்கிறது.

இத்தகைய அற விழுமியங்களற்ற மதப்பரவலால், அடுத்தடுத்த தலைமுறைகளுக்கு வெறுப்பு கைமாற்றித்தரப்படும் முயற்சிகள் வளர்ந்தபடி இருக்கின்றன.

மதங்களின் வரலாறு பெரும்பாலும் போர்களின் வரலாறாகவே இருக்கிறது. மனித வரலாறெங்கும் போர்களே நிறைந்துள்ளன.

உரிமையையும் உடைமையையும் இழந்து நின்ற பூர்வீக அமெரிக்கர்களிடம் 'எங்கள் வழிகளையும், பண்பாட்டையும், கலையையும் ஏசு கிறித்துவின் மதத்தையும் ஏற்பதே நீங்கள் வாழ வழி' என்றார் ஜார்ஜ் வாஷிங்டன்.

இப்படித்தான் மதம் அடிப்படைவாதமாக, பயங்கரவாதமாக வளர்ந்து தேசத்தை விரிவுபடுத்தும் அரசியலாகவும் மாறியது.

இந்தநிலையில்தான் அரசை மதத்திலிருந்து பிரிக்கிற மதச்சார்பற்ற அரசியல் சிந்தனை தோன்றியது. சோமநாதர் ஆலயத்தை அரசு செலவில் புனரமைப்பதை கடுமையாக எதிர்த்தார் காந்தி.

'நாம் அனைவருக்குமான அரசை உருவாக்கி இருக்கிறோம். இது ஒரு மதநம்பிக்கை கொண்ட அரசில்லை. இது எம்மதத்தையும் சார்ந்து செயல்படும் அரசுமில்லை. ஆகவே அரசுப்பணத்தை மதம் சார்ந்து அரசாங்கம் செலவிடக்கூடாது.' எனக் கூறினார்.

'மதம் ஒருவரது தனிப்பட்ட விசயம், அதை அவரவரின் தனிவாழ்க்கையோடு வைத்துக்கொண்டால் அரசியல் சிறப்பாக இருக்கும்' என்றவர் சிந்தித்தார்.

ஆனால் இன்று மதம் நம் அன்றாட வாழ்வில், அரசியலில் தலையிட்டு வன்முறையைப் பரப்பியபடி இருக்கிறது. தாலிபான் சிந்தனை ஆப்கானில் மட்டுமில்லை. இந்தியாவிலும் இருக்கிறது. பாஜகவின் ஏழாண்டு ஆட்சியில் இந்துமத அடிப்படைவாதம் நமது மதச்சார்பற்ற அரசியலின், வாழ்வின் விழுமியங்களை அழித்திருக்கிறது.

இந்தப் பின்னணியில் சமீபத்தில் வெளியாகியுள்ள குருதி திரைப்படம், மதம் குறித்த முக்கியமான உரையாடலை நிகழ்த்தியுள்ளது.

கேரளாவில் ஒரு மலை கிராமம். அங்கு நிகழும் நிலச்சரிவில் மனைவியையும், குழந்தையையும் இழக்கிறான் இப்ராஹிம் (ரோஷன் மேத்யூ). அதே நிலச்சரிவில் மனைவியை இழந்தவன் பிரேமன் (மணிகண்டராஜன்).

தம்பி ரசூல் மற்றும் தந்தை மூஸாவோடு (மம்முகோயா) இப்ராஹிமும், தங்கை சுமதியோடு (ஸ்ரீண்டா) பிரேமனும் வசிக்கிறார்கள்.

இவர்களது இழப்பு சொல்கிற சேதி ஒன்றுதான். முஸ்லீமோ இந்துவோ இயற்கைக்கு ஒன்றுதான். மழை என்கிற நன்மையையும், பெருவெள்ளம் என்கிற பேரழிவையும் மதம் பார்த்து அளிப்பதில்லை இயற்கை.

ஓரிடத்தில் இணைந்து வாழ்கிற மக்கள், பண்பாட்டு விழுமியங்களாக மட்டுமே மதத்தை அணுகுகிறார்கள். பக்கத்து

வீட்டுக்காரரோடு உறவு கொள்வதற்கு அவர்களுக்கு மதம் ஒரு தடையாக இருப்பதில்லை. தீபாவளிக்கு முறுக்கு சுட்டால் பக்கத்து வீட்டு இசுலாம் குடும்பத்துக்கு தருகிறார்கள். மிலாதுநபிக்கு பிரியாணி செய்தால் அவர்களும் பதிலுக்கு தருகிறார்கள்.

வாழ்வின் தேவைகள், நெருக்கடிகள் கடவுளைத் தாண்டி, அவர்களை இணைத்து வைத்திருக்கின்றன. இத்தகைய பரஸ்பர ஒத்துழைப்பு, உதவி படிப்படியாக செண்ட்டிமெண்ட்ஸை உருவாக்கி, உணர்வு ரீதியான பிணைப்பையும் ஏற்படுத்திவிடுகிறது.

இத்தகைய நடைமுறை வாழ்வு இப்ராஹிம், பிரேமன் இரு குடும்பத்தினரிடைய அன்பையும் பிணைப்பையும் உருவாக்குகிறது. இப்ராஹிமை பிரேமன் தங்கை சுமதி விரும்புகிறாள். தன்னை திருமணம் செய்து கொள்ளும்படியும் இப்ராஹிமிடம் வேண்டுகிறாள்.

மனைவி, மகள் ஞாபகம். மதம் அனுமதிக்குமா? என்கிற சந்தேகத்தால் தயக்கம் கொள்கிறான் இப்ராஹிம். ஆனால், இவை எல்லாவற்றைக் கடந்தும் இரு குடும்பத்துக்கிடையே அன்பு, புரிந்துணர்வு செயல்படுகிறது.

இதுதான் இந்தியா முழுமையும், சாதாரண மக்களுடைய வாழ்வாகவும் இருக்கிறது. இப்படி இயல்பாக மனித நேயத்தோடு வாழும் இவர்களை, மத அடிப்படைவாதம் எப்படி கலைத்துப் போடுகிறது? என்பதுதான் குருதியின் அடுத்தடுத்த நகர்வுகள்.

ஓர் இரவு. இப்ராஹிம் வீட்டுக்கு போலீஸ் அதிகாரி ஒருவர், கைகளில் விலங்கு பூட்டி இளைஞன் ஒருவனை அழைத்து வருகிறார். அவன் ஓர் இந்து. அந்த இளைஞனை இந்து என சொல்ல வேண்டிய அவசியம் ஏன் வருகிறது?

ஏனெனில், அவன் ஒரு முஸ்லிம் வியாபாரியைக் கொலை செய்திருக்கிறான். வருகிற வழியில் போலீஸ் அதிகாரியிடமிருந்து இளைஞனை விடுவித்து, அவனைக் கொலை செய்கிற முயற்சி நடக்கிறது. அவர்களிடமிருந்து தப்பித்து அந்த இரவை இப்ராஹிம் வீட்டில் பாதுகாப்பாகக் கழிக்கவே வந்திருக்கிறார் போலீஸ்காரர்.

அந்த நேரம் பார்த்து வழக்கம்போல பக்கத்து வீட்டில் இருக்கும் சுமதியும் அங்கு வருகிறாள். தொடரும் நிகழ்வுகள், இருவரது குடும்பத்தையும், அதனதன் இயல்பு கதியிலிருந்து எவ்வாறு குலைத்துப் போடுகிறது என்பதை விவரிக்கிறது படம்.

இதற்குப் பிறகு என்னவெல்லாம் நிகழ்கிறது? என்பதை பரபரப்பாக காட்சிப்படுத்துவதுதான் குருதி.

மதம் பொருட்டு கத்தியெடுப்பவர்கள், எப்படி அன்பை, சமாதானத்தை நிம்மதியை குடும்பத்திலிருந்து உருவிவிடுகிறார்கள்? நெஞ்சு பதைபதைக்க காட்டுகிறார்கள்.

படம் ஆரம்பித்து அரை மணி நேரம் கழித்துதான் பிரித்விராஜ் தோன்றுகிறார். தந்தையை மதத் தீவிரவாதத்தில் இழந்தவர். அந்த இழப்பு தரும் வன்மத்தால் அடிப்படைவாத இயக்கமொன்றில் சேர்ந்திருப்பவர்.

பிரித்விராஜ் வந்த பிறகு படத்தில் மதத் தீப்பொறி பறக்க ஆரம்பிக்கிறது. இந்து இளைஞனை இப்ராஹிம் வீட்டிலிருந்து மீட்டு அவனுக்கு தண்டனை தர முனைகிறார் பிரித்வி.

இந்த முயற்சியில் போலீஸ்காரரைக் கொல்கிறார். அதேவேளை, இப்ராஹிம் இசுலாமியராக இருந்தபோதும், மதச்சட்டப்படி நடக்காமல், அரசியல் சட்டப்படி நடக்க விரும்புகிறார். பெரிதளவு மத நம்பிக்கை இல்லாவிட்டாலும் சுமதிக்கு இந்து இளைஞன் மீது அனுதாபம்.

ஊரில் இசுலாமியருக்கு நிகழும் யதார்த்தத்தை வைத்து இப்ராஹிம் தம்பி, பிரித்விராஜ் பக்கம் திரும்புகிறான். தந்தை மூஸா மதத்தைவிடவும் இணக்கத்தையும் நேயத்தையும் விரும்புகிறார்.

நமது திரைப்படங்கள் பெரும்பாலானவை இசுலாமிய தீவிரவாதத்தை மட்டும் பேசுவதாக இருக்கின்றன. இந்தியாவில் இசுலாம் தீவிரவாதம் உருவாவதற்கான அழுத்தம் மற்றும் அரசியலை அவை மௌனப்படுத்துகின்றன. ஆனால் குருதி எந்த மதத்துக்கும் ஆதரவாக நிற்காமல், அடிப்படைவாதத்துக்கு எதிராகப் பேசுவது ஆரோக்கியமானது.

குருதியை பிரித்விராஜ் தயாரித்திருந்தபோதும் கூட நாயகனென்னவோ ரோஷன் மேத்யூதான். மூத்தோன், கப்பேலா படங்களை குருதி மூலம் நடிப்பில் கடந்து செல்கிறார். மூஸாவாக மம்முகோயாவும் பண்பட்ட நடிப்பை வழங்கியிருக்கிறார்.

இந்தப் படம் முடியவில்லை.

இந்து இளைஞனும் இப்ராஹிம் தம்பியும் கத்தியோடு

எதிரெதிரே நெருங்குகிறார்கள். இன்றளவும் தொடரும் மத வெறுப்பு இது.

இவர்கள் இருவரிடையே நேரடியாக எந்தப் பகையும் கிடையாது. தாங்கள் வாழ்வில் ஒரு கணத்திலும் சந்தித்திராத, சந்திக்கவே முடியாத, தங்கள் கடவுளின் பேரில் கத்தியேந்தி நிற்கிறார்கள். உண்மையில் இவர்களுக்கு ஒரு கடவுள் இருந்திருந்தால் இதையெல்லாம் வேடிக்கை பார்த்துக் கொண்டிருப்பாரா? அனேகமாக இதுதான், குருதி இயக்குனர் மனு வாரியார் கேட்க விரும்பும் கேள்வியாக இருக்கிறது.

மதம் மக்களின் அபின் (Relegion is the opium of the people) என்கிறார் தத்துவப் பேராசான் மார்கஸ். மதம் என்பது தன்னை அறியாத, தன்னை மீண்டும் இழந்துவிட்ட மனிதனின் சுய உணர்வு என்றும் குறிப்பிடுகிறார்.

உயிர்ப்பற்ற மனிதனின் உயிர்ப்பாக, இதயமற்ற மனிதனின் இதயமாக மதம் விளங்குகிறது என இதே தொடரில் அவர் கூறிச் செல்கிறார்.

மனிதன் என்பவனே அரசு. மனிதன் என்பவனே சமூகம். இந்தச் சமூகமும், அரசும்தான் மதத்தை தோற்றுவிக்கிறது. ஆனால் அவன் இழந்த உலகை, அவனிடமிருந்து பறிக்கப்பட்ட உலகை, அவனுக்கு தலைகீழாக புரியவைக்க முனைகிறது மதம்.

அவனது பிரச்சனைக்கு மதம் தற்காலிகத் தீர்வைத் தருகிறது. மதம் தருகிற ஆறுதல் நிரந்தரமானது அன்று. மத அபிமானத்திலிருந்து, மதம் தருவதாக நம்பும் விடுதலையிலிருந்து நிரந்தரமாக விடுவிப்பதே மெய்யான விடுதலையாக அமையும்.

இவ்வாறு மார்க்ஸ் சிந்தித்ததைத்தான் சினிமா எனும் கலை வடிவில் சிந்தித்திருக்கிறார் மனு வாரியார். மனிதர்கள் தம் குருதியை, மத வன்முறையில் சிந்தக்கூடாது! எனச் சொல்கிற கலைப்படைப்பு குருதி.

காசிம் புலவரின் திருப்புகழ்!

பக்தி இலக்கியத்தின் பின்னால் ஒளிந்திருக்கிற கதைகளில் லாஜிக் பார்க்கக் கூடாது. சிலவேளை நமக்கு பகுத்தறிவே சுமையாகவும் போய்விடுகிறது.

போலவே பைபிள், குர்ரான் போன்றவற்றையும் வாசிக்கிற முறை வேறு. குர்ரான், பைபிள் போன்றவை வாய்மொழி இலக்கியங்கள்.

குறிப்பாக குர்ரான் ஓதுவதற்கானது. அச்சு இயந்திரங்கள் கண்டுபிடிக்கப்பட்ட பிறகுதான் இவை நூல் வடிவம் பெற்றன. இவற்றை வரிக்கு வரி பொருள் கொள்ள முடியாது.

நேற்று அருணகிரிநாதரின் —

‘முத்தைத்தரு பத்தித் திருநகை

அத்திக்கிறை சத்திச் சரவண

முத்திக்கொரு வித்துக் குருபர எனவோதும்

முக்கட்பர மற்குச் சுருதியின்

முற்பட்டது கற்பித் திருவரும்

முப்பத்துமு வர்க்கத் தமரரும்

அடிபேணப்’

பாடலைக் கேட்டுக் கொண்டிருந்தேன். முருகன் அருணகிரிநாதருக்கு அடியெடுத்துக் கொடுத்த பாடலிது என்கிறார்கள்.

இது போன்ற கதைகள் பக்தி இலக்கியங்களெங்கும் விரவிக்கிடக்கின்றன. பிள்ளைக்கறி சமைக்கும் மனங்களின் தர்க்கமே வேறு. அதை ஒதுக்கி அருணகிரிநாதரின் தமிழை, அதன் இளமையை அனுபவிக்கத் தடையில்லா மனம் படைத்தவன்.

இதேபோல் ஒரு கதை இஸ்லாத்திலும் இருப்பதைக் கண்டு, நேற்று வியந்தேன். முருகனின் திருப்புகழை அருணகிரிநாதர்

எழுதியது போன்று, நபிகள் பெருமானின் திருப்புகழை ஒருவர் எழுதியிருக்கிறார். அவர் காஸிம் புலவர் நாயகம் ரலியல்லாஹு தஆலா அன்ஹு !

காசிம் புலவர், திருவடிக் கவிராயரிடம் கல்வி பயின்றவர். குர்ஆன், ஹதீஸ் போன்ற மறைகளிலும் விற்பன்னர். ஒருநாள் திருவடிக் கவிராயர் தன் மாணவர்களிடம், திருப்புகழுக்கு மறுப்புகழ் உலகெங்கும் இல்லை. உங்களால் ஒரு திருப்புகழ் படைக்க முடியுமா? என்று கேட்கிறார்.

காசிம் புலவர், தான் படைப்பதாகக் கூறுகிறார். நாட்கள் நகர்கின்றன.

பாடல் எழுத முடியவில்லையே !

மனம் துயரடைகிறார் காசிம் புலவர். ஒருநாள் இரவு. கனவில் தோன்றுகிறார் நபிகள் நாயகம்.

அருணகிரிநாதருக்கு முருகன் அடியெடுத்துக் கொடுத்ததுபோலவே, 'பகரும் ' எனும் அழகுத் தமிழ்ச் சொல்லை, நாயகம் அவர்கள் காசிம் புலவருக்கு எடுத்துத் தருகிறார்.

'பகரும் உருவிலி யருவிலி வெருவிலி சிறிதும் ஒருதலை பயிலிலி துயிலிலி பருவிணுனர்விலி துணையிலி யிணையிலி விரிவான பழைய சதுமறை முழுவது முணர்பவர் பசிய தமிழ்வளர் துறவற முளரெவருமை பரவ வரிதரி தொரு பொருடிருவுள — வருளாலே'

பாடத் தொடங்குகிறார். இவ்வாறு 141 பாடல்களோடு நபிகள் பெருமானின் திருப்புகழைப் பாடி முடித்தார் காசிம் புலவர்.

தன் மாணவனின் தமிழறிவைக் கண்டு மகிழ்ந்தார் திருவடிக் கவிராயர்.

'விண்மேல் கொடிகட்டித் தாவுநல் காசிம்புலவர் கொழுங்கவியே'

பாராட்டி, சாற்றுக்கவி தந்தார்.

கவிமனமும் இறைக்காதல் மனமும் பித்துநிலை கூடியவை. காசிம் புலவரும் அப்படித்தான். காயல்பட்டினம் அருகே மகுதூம் பள்ளிவாசல் குளத்தில் கழுத்தளவு தண்ணீரில் நின்று திருப்புகழ் பாடுகிறார்.

'மக்கப் பதிக்குமுயர்

சொர்க்கப் பதிக்கும் இரசூலே'

இந்த வரியில் காசிம் புலவர் நின்ற பெரிய குளம் என்னையும் நனைத்தது.

நபிகள்நாயகத்தின் புகழையும் ,

காசிம் புலவரின் தமிழையும்,

மிலாது நபி திருநாளில்,

நண்பர்களோடு பகிர்வதில் ,

மனம் நிறைகிறேன் !

தமிழுக்குத் தொண்டு செய்வோன்!

தக்கலை பீர்முகம்மது அப்பாவின் ஓரிரு பாடல்களை யுடியூபில் கேட்டபடி கழிந்தது இன்றைய மாலைப் பொழுது.

பீர்முகம்மது தமிழ் சித்தர்களுள் ஒருவர். சித்தர்களின் பாடல்கள் அடங்கிய செம்பதிப்பு தமிழில் வராத சூழலில் பீர்முகம்மது போன்ற சித்தர்கள் அதிகம் அறியப்படாதவர்களாக இருக்கிறார்கள்.

சித்தர்களின் எண்ணிக்கையிலும் இங்கு முரண்பாடுகள் காணப்படுகின்றன. சித்தர் பாடல்கள் திரட்டு ஒவ்வொரு பதிப்பிலும், சித்தர்களின் எண்ணிக்கையில், பாடல்களின் எண்ணிக்கையில், மாறுபாடுகள் காணப்படுகின்றன.

அரு. ராமநாதன் பதிப்பித்த நூலில் 32 சித்தர்களின் பாடல்கள் இடம்பெற்றுள்ளன. த.கோவேந்தன் பதிப்பில் 27 சித்தர்கள் காணப்படுகின்றனர். சி.எஸ்.முருகேசன் பதிப்பில் 19 சித்தர்களும் இடம்பெற்றுள்ளனர்.

சித்தர்களில் அதிகம் பேசப்படுபவர் சிவவாக்கியர். இவர் 530 பாடல்கள் எழுதியிருப்பதாக தமிழறிஞர் மு. அருணாசலம் குறிப்பிடுகிறார். இரத்தின நாயகர் என்பவர் 'சிவவாக்கியரின் 1000 பாடல்கள்' என்று ஒரு நூலைப் பதிப்பித்துள்ளார். குதம்பைச் சித்தர் 32 கண்ணிகள் பாடியிருப்பதாக மு. அருணாசலம் குறிப்பிடுகிறார். ஆனால் சி.எஸ்.முருகேசன் பதிப்பில் குதம்பைச் சித்தரின் 246 பாடல்கள் இடம்பெற்றுள்ளன்.

இத்தகைய குளறுபடிகளை ஒப்பிட்டு அறிய சித்தர்களின் மூலச்சுவடிகளும் கிடைக்கவில்லை. சித்தர்கள் பாடல்களில் காணப்படும் இந்து சனாதன மரபுக்கு எதிரான காத்திரமான விமர்சனங்களின் காரணமாக, சித்தர்கள் எழுதிய மூலச்சுவடிகள் சனாதனிகளால் எரிக்கப்பட்டிருக்கலாம்! என்கிறது

The Poets of the Powers எனும் நூல். இந்நூலை எழுதியவர் செக் தேசத்தைச் சேர்ந்த தமிழறிஞர் கமில் சுவலபிள் (Kamil V. Zvelebil) என்பது ஆச்சரியம் தரும் செய்தி!

சிவவாக்கியர், பட்டினத்தார் பாடல்கள் பலவற்றை சைவமதப் பற்றாளர்கள் தீயிட்டு எரித்திருக்கலாம் என்றும் கமில் சந்தேகப்படுகிறார். தேடினால், ஒருவேளை இவர்களது மூலச்சுவடிகள் ஐரோப்பிய ஆவணக்காப்பகங்களில் கிடைக்க வாய்ப்பு இருக்கிறது. பட்டினத்தார், சிவவாக்கியரின் பிரதிகளை எரிக்கும் சிந்தனையின் தொடர்ச்சியே பீர் முகம்மது சித்தரையும் இருட்டடிப்பு செய்திருக்கிறது.

இசுலாமியர்கள், தலித்துகள், பெண்கள் இணைந்திருக்கக்கூடிய நிலை தமிழ் சித்தர்களின் சிந்தனை மரபில் இருந்தது. இதை இருட்டடிப்பு செய்யும் விதமாகவே பீர்மூகம்மது, உத்திர நல்லூர் நங்கை போன்றோர் மறைக்கப்படுகின்றனர். தென்காசியில் ஆமினா அம்மையார் சிறுமலுக்கர் தம்பதியின் ஞானப்பிள்ளையே பீர் முகம்மது.

சித்தர்கள் குறித்து சிலர் உருவாக்கும் அதீத புனைவு காரணமாகவும் அவர்களது மெய்யியல் சிலரை சந்தேகப்பட வைத்துவிடுகிறது. உதாரணமாக பீர் முகம்மது அவர்களின் மீது நம்பிக்கையும் பக்தியும் உடையவர்கள் அவர் 300 ஆண்டு காலம் வாழ்ந்ததாக புனைவை உருவாக்குகின்றனர். இத்தகைய மீ புனைவுகளை நீக்கியே சித்தர்களை நாம் நெருங்க வேண்டி இருக்கிறது.

பீர்முகம்மது வாழ்வு நிலையற்ற நாடோடி சூஃபி தன்மையுடையது. தென்காசியில் பிறந்தபோதும் அதிக காலம் கேரளாவின் திருவிதாங்கூர் காடு மேடுகளில் அலைந்து திரிந்தவர். கேரளாவில் பீர்மேடு என்றே ஒரு ஊர் இருக்கிறது. இவரது இறுதிக்காலம் தக்கலையில் கழிந்தது.

'மலை மேடு சிறிது

எங்கள் மன மேடு பெரிது' என வாழ்ந்த

பீர் முகம்மது அப்பாவின் இறைக்கொள்கையை மரபுவழிவந்த இசுலாமியர்களே சந்தேகப்பட்டனர். தமிழ்ப்புலமையும் அரபு இலக்கிய செறிவுமுடைய பீர்முகம்மது தமிழுக்கு புதிய ஒளியைத் திறந்தவர். வள்ளலாரோடு இணைத்துச் சிந்திக்கத் தக்கவர் இவர்.

'விண்ணொளி காண வேண்டின் மெய்யிரை யருளினாலே

கண்ணொளி யுருகச் சேர்த்துக் கருத்தொளி நடுவில் நோக்கிப் பொன்னொளி மேவும் போருல்ராசா மருந்தி மேலாந் தன்னொளி கண்டு ஞானத் தானவ னாக லாமே'

போன்ற இவரது பாடல்களில்,

வள்ளலாரின் சிந்தனை ஒற்றுமையை அறிய முடியும்.

பீர்முகம்மது அவர்கள் ஒரு
தமிழ் ஞானக் களஞ்சியம்.
திருமெய்ஞானச் சர நூல்,
ஞான மலை வளம்,
ஞான ரத்தினக் குறவஞ்சி,
ஞான மணி மாலை,
ஞானப் புகழ்ச்சி, ஞானப்பால்,
ஞானப்பூட்டு, ஞானக்குறம்,
ஞான ஆனந்தகளிப்பு,
ஞான நடனம்,
ஞான மூச்சுடர் பதிகங்கள்,
ஞான விகட சமர்த்து,
ஞானத் திறவு கோல்,
ஞான தித்தி

என இவர் தமிழர்க்கு அள்ளித் தந்த வளங்கள் ஏராளம்.

பீர்முகம்மது போல் பாய்ச்சலூர் பதிகம் பாடிய உத்திரநல்லூர் நங்கை போல் மறைக்கப்பட்ட தமிழர்கள் ஏராளம்பேர் உள்ளனர். தமிழர் அதிகம் அறியாத தமிழுக்குத் தொண்டு செய்த கமில் சுவலபிள் போன்ற அயல்தேசத்தவரும் உள்ளனர். அவர்களைத் தொடர்ந்து அறிய முயல்வோம்.

'தமிழுக்குத் தொண்டு செய்வோன் சாவதில்லை!' என்கிறான் பாவேந்தன். இவர்களை தமிழர் நினைவுகளில் உயிர்வாழச் செய்வது அவசியம்.

பச்சைத் தமிழர்!

இன்றைய இசை நாகூர் ஹனிபாவுடையது. ஹனீபாவை கேட்டபடி இருந்தேன். ஹனிபா சங்கீதத்தை 'முறைப்படி' கற்றவரில்லை. அதுவே சாதாரண மனிதர்களிடமும் இவரது இசையை எடுத்துச் செல்லக் காரணமாகவும் இருந்தது. சூஃபி இசை வடிவத்துக்கு தமிழில் புகழ் சேர்த்தவர் ஹனிபா.

தபேலா, ஆர்மோனியம், ஷெனாய், டேப் போல ஒரு சில வாத்தியக் கருவிகளை வைத்துக்கொண்டே கச்சேரியை களைகட்ட வைத்தவர். ஹனிபாவுக்கு 'மைக்கே தேவை இல்லை!' என்பார் பெரியார். அப்படி ஓர் உலோகக் குரல். உச்சஸ்தாதியில் பாடிப்பாடி செவித்திறனை இழந்தவர்.

'சலுகை ஏன் காட்டவில்லை, சாஹூல்ஹமீதே நாகூரி' இந்தப் பாடலை இன்று கேட்டபோது ஏனோ கண்ணில் நீர் வழிந்தது. இந்தப் பாடலை எழுதியவர் புலவர் ஆபிதீன். உலகின் தொன்மையான மதம் இஸ்லாம். தொன்மையான மொழி தமிழ். இசுலாத்துக்கும் தமிழுக்கும் ஏதோ ஒரு நெருக்கம் இருக்கிறது.

இசுலாமியர்கள் உருது, அரபி கலந்து பேசக்கூடியவர்கள் என்ற பரவலான எண்ணம் இங்கு இருக்கிறது.

தூய தமிழ் பேசுபவர்களே

தமிழ் இசுலாமியர்கள் !

'பாத்திரத்தை ஏனம் என்போம்

பழையதுவை நீர்ச்சோறு என்போம்

ஆத்திரமாய் மொழிக் குழம்பை

அழகாக ஆணம் என்போம்

சொத்தையுரை பிறர் சொல்லும்

சாதத்தை சோறு என்போம்

எத்தனையோ தமிழ் முஸ்லிம்

எங்களுயிர்த் தமிழ் வழக்கே.'

என்கிறார் புலவன் ஆபிதின் ஒரு பாடலில்.

பாடகர் ஹனிபா போலவே ஆபிதீனும் திராவிட இயக்கப் பற்றாளர். குறிப்பாக பெரியார் மீது ஈடுபாடு கொண்டவர்.

இவர் எழுதி ஹனிபா பாடிய

'பேரறிவாளர் அவர் பெரியார்

எனும் ஈவேரா

ஆரறிவார் பெருமை தமிழா !'

பாடல் இசைத்தட்டு வடிவத்தில் வந்தது.

'தூங்கிக் கிடந்த உன்னை துடைத்தணைத்து

தாங்கித் தரைமேல் இட்டார் தமிழா தாத்தாவாம் ஈவெரா வே தமிழா தாத்தாவாம் ஈவெரா வே

வேதியர் கண்கள் முன்னே

வேட்டிகளை அணியச் செய்து

வீதி உலாவச் செய்தார் —

தமிழா வீரராம் ஈவெரா வே !'

என்றெல்லாம் இந்தப் பாடலில் பெரியாரைப் பெருமை செய்கிறார்.

திராவிட இயக்க முன்னோடி சர்.ஏ.டி.பன்னீர் செல்வம். அவர் லண்டனுக்கு பயணம் செய்த விமானம் விபத்துக்குள்ளாக மரணடைகிறார். திருவாரூரில் அவருக்கு இரங்கல் கூட்டம்.

ஆபிதீன் எழுத ஹனிபா இரங்கல் பாடுகிறார்.

'பரகதி சேர்ந்தனையோ

பன்னீர் செல்வமே

தஞ்சை பனையூர்

தலைமையும் போச்சே

தமிழரின் நெஞ்சம்

துடித்திட லாச்சே'

இந்தப் பாடலில் இருந்த கனத்த சோகத்தில் மனம் நெக்குருக, கூட்டம் அழுதது.

ஒவ்வொரு மொழிக்கும் ஒரு தனித்தன்மை இருக்கிறது.

'மனம் குளிர வரவேற்கிறோம்' என்கிறோம் நாம். ஆங்கிலேயர்களோ warm welcome என்கிறார்கள்.

அப்படித்தான். இஸ்லாம் என்பது மார்க்கம்.

தமிழக இசுலாமியர்களும் அரபு நாடுகளில் வசிக்கும் இசுலாமியர்களும் ஒரே பண்பாட்டை கடைபிடிப்பதில்லை. இங்கு வாழும் இசுலாமியர்கள் இனத்தால் தமிழர்களே.

அப்படி வாழ்ந்த பச்சைத் தமிழர்கள் ஹனிபாவும், ஆபிதீனும்!

ஒரு காதலன் பிறந்தான்!

எனது கவி ஆசான்களுள் முதன்மையானவர் ஜலாலுதீன் ரூமி.
அவர்தான்,
'உன் குரலை அல்ல,
வார்தையை உயர்த்து.
இடியல்ல, மழையே
பூக்களை மலர்த்துகிறது!'
என்றார்.
'எதையும் சிறியதாய் செய்யாதே!'
என்றவர்..
'நீ கடலின் ஒரு துளியல்ல.
ஒரு துளிக்குள் இருக்கும் கடல்'
பிரபஞ்ச உண்மையைத்
திறந்து காட்டினார்.
'சூஃபியும் சுஜாதையும்'
படம் பார்த்தவர்களுக்கு ஞாபகமிருக்கும்.
அதன் நாயகன் சுழன்று சுழன்று
சூஃபி நடனம் ஆடுவது.
ரூமியின் கவிதைகளும் அப்படி
சுழன்று சுழன்று மனசுக்குள்
சூஃபி நடனமாடுபவையே!
ரூமி 1207 ஆம் ஆண்டு
மத்திய ஆசியாவில் (ஆப்கான்) பிறந்தவர்.

நான் மணிமுத்தாற்று

தண்ணீர் குடித்து வளர்ந்தவன் .

ரூமி வாக்ஸின் நதி நீரைக்குடித்து வளர்ந்தவர்.

ஒரு கவிஞனாக நான் பொறாமைப் படுகிற வெகு சிலரில் ரூமி ஒருவர்.

'என் இயல்புடன் இயைந்த ஒருத்தியுடன் நான் உதடு பொருத்த முடியுமாயின், நானும் புல்லங்குழலைப்போல் சொல்லக்கூடிய அனைத்தையும் சொல்லிவிடுவேன்!'

என்றார் ரூமி.

ரூமி என்னவோ பாரசீகத்தில் எழுதினாலும் பஞ்சாபி, உருது, ஆங்கிலம் என உலக மொழிகளில் தாக்கத்தை உருவாக்கியவர்.

ஆகவேதான் இஸ்லாத் அலர்ஜி கொண்ட அமெரிக்காவும் ரூமியைக் கொண்டாடுகிறது. யுனெஸ்கோ 2007 ஐ, ரூமி ஆண்டாகக் கொண்டாடியது.

ஐநா அவரது 800 வது பிறந்தநாளை பிரம்மாண்டமாகக் கொண்டாடத் திட்டமிட்டுள்ளது!

ரூமி ஏன் மனித குலத்துக்கு அத்தியாவசியமாகிறார்?

சோர்வேற்படும்போது,

ஒரு மல்ட்டி விட்டமின் மாத்திரைபோல அவரது சொற்கள் உற்சாகத்தை அளிக்கின்றன.

ஒரு நாள் இரவு

வலியால் துடித்தேன்.

ரூமி அறைக்கு வந்தார்.

' உன் காயமே,

ஒளி உள்ளே நுழைகிற

வழி! ' என்றார்.

என் அறையில் வெளிச்சம் பெருகியது. எனக்கு இன்னொரு

காயம் இருந்தால் பரவாயில்லை! எனத் தோன்றியது.

புதிய அனுபவங்கள்

என்னைத் திகைக்க வைத்தன.

அறிவை வைத்துக் கொண்டு

என்ன செய்யப் போகிறாய்?

அறிவை விற்று

திகைப்பை (bewilderment)

வாங்கு என்றார்.

'சிறகுகளுடன் பிறந்துள்ளீர்கள்,

ஏன் வாழ்வில் தவழ்ந்து செல்ல விரும்புகிறீர்கள்?' எனக் கேட்டு

உசுப்பி விட்டவர்.

ரூமி ஒரு சாமியார் அல்லர்.

அவர் ஞானி.

ஆகவேதான் மனிதர்களைக்

காதலிக்க வேண்டுகிறார்.

'காதல் கொண்டிருந்தால்,

மரணத்தை ஒருபொழுதும்

உணர மாட்டீர்கள்

காதலில்

இறந்து போய்விடுங்கள்

பின் எப்பொழுதும்

உயிருடன் இருங்கள்!'

என்கிறார் ரூமி!

ஒருநாள், அறையெங்கும் தேடிக்கொண்டிருந்தேன்.

'என்ன தேடுகிறாய்?' ரூமி கேட்டார்.

'வேறெதை தேடப்போகிறேன். அஞ்சலையைதான், ரூமி!' என்றேன்.

'கவலைப்படாதே, நீ எதைத் தேடுகிறாயோ, அது உன்னைத் தேடிக் கொண்டிருக்கிறது!'

சொல்லிவிட்டு,

திரும்பிப் பார்க்காமல் போய்விட்டார்.

மறுநாள் ரூமி தன் அறைக்கும்

வந்ததாக அஞ்சலை சொன்னாள்.

'நீ என்ன செய்து கொண்டிருந்தாய்?'

'தேடிக் கொண்டிருந்தேன்'

'ரூமி என்ன சொன்னார்?'

'வேர்களுக்கிடையே தேட வேண்டியதை

இப்படி, கிளைக்களுக்கிடையேவா தேடுவாய்?'

அப்புறமென்ன,

ஆலமரத்து அடியிலே.

அஞ்சலை மடியிலே!

பரஸ்பரம் நாங்கள்,

எங்கள் வேர்களைத் தேடினோம்.

இதுபோல் ஒரு செப்டம்பர் 30 இல்தான் பிறந்தார் ரூமி.

அஞ்சலை அறைக்கு மட்டுமல்ல. காதலிக்கும் விருப்பம் இருந்தால், உங்களுடைய அறைக்கும் ரூமி வருவார்!

பிரியாணி (மலையாளம்) – அரைவேக்காடு!

சமீபத்தில் பிரியாணி என்றொரு மலையாளப் படம் பார்த்தேன். நிறைய விருதுகளைப் பெற்றிருக்கிற படம். பார்க்கலாமே! எனத் தோன்றியது.

சஜின் பாபு எனும் இளைஞர் இயக்கிய படம். இந்தப் படம் குறித்த எனது பார்வையை தெரிந்து கொள்வதற்கு முன்பாக படத்தின் கதையை சுருக்கமாகப் பார்ப்போம்.

கதீஜா ஒரு எளிய முஸ்லீம் குடும்பப் பெண். திருமணமான அவளுக்கு ஒரு மகன் இருக்கிறான். கடலுக்குச் சென்ற கணவன் திரும்பாததால் மனநிலை பாதிக்கப்பட்ட அம்மா ஊரில் இருக்கிறாள் .

இந்நிலையில் அவளது அண்ணன் எஸ்ஐஎஸ் இயக்கத்தில் சேர்ந்ததாக, போலீஸ் அவர்களை விசாரிக்கிறது. இதனால் கணவன் முன்றுமுறை தலாக் சொல்லி எஸ்எம்எஸ் அனுப்பி பிரிகிறான். அவள் சார்ந்த இஸ்லாம் சமூகம் அவளையும் அவளது தாயையும் ஊர் விலக்கம் செய்கிறார்கள்.

கதீஜா அம்மாவை அழைத்துக் கொண்டு தர்காவொன்றுக்கு வைத்தியத்துக்கு செல்கிறாள். அம்மாவும் ஒரு கட்டத்தில் இறக்க விபச்சாரத்தில் ஈடுபடுகிறாள் கதீஜா. கர்ப்பம் அடைபவளை போலீஸ்காரர்களால் பாலியல் வன்முறைக்கு உள்ளாகிறாள். அவளது கர்ப்பம் கலைகிறது.

இறுதியாக தன்னுடைய அமைதியான வாழ்வை அழித்த முன்னாள் கணவன், போலீஸ்காரர்கள், சமயப் பெரியவர்கள் அனுவரையும் இஃப்தார் விருந்துக்கு அழைக்கிறாள். விருந்துக்கு பிரியாணி தயாராகிறது. பாலிதீன் பையில் சேகரிக்கப்பட்ட, கலைந்த தனது அறைகுறை கருவை, அந்த பிரியாணியில் கலக்கிறாள் கதீஜா. இதுதான் பிரியாணி.

இந்தப் படத்தில் பாராட்டக்கூடிய விசயம் எதுவென்றால், கதீஜாவாக கனி குஸ்ருதியின் நடிப்புதான். அபாரமான தேர்ந்த கலை அனுபவமது. ஆனாலும் இந்தப்படத்தின் தவறான அரசியலால் அவரது திறன் விழலுக்கு இறைத்த நீராகிவிடுகிறது.

முஸ்லீம் சமூகம், அதன் பண்பாடு குறித்த தவறான பார்வைகளை, வலிந்து உருவாக்கும் வகையில், பிரியாணி கதைப்போக்கும், காட்சி அமைப்புகளும் உள்ளன.

படம் நெடுக பல வன்முறைக் காட்சிகள் அப்பட்டமாக காட்டப்பட்டுள்ளன.

அப்பட்டமான வன்முறைக் காட்சிகளை, உடலுறவுக் காட்சிகளை கொண்ட இப்படம், எந்த சேதாரத்துக்கும் உள்ளாகாமல், சென்சார் சான்று பெற்றிருப்பது ஆச்சரியத்தை அளிக்கிறது.

இந்துத்துவா அபிலாஷைகளை நிறைவேற்றுகிற படமாக இது இருப்பதால்தான் சென்சார் ஒத்துழைப்பு தாராளமாகக் கிடைத்திருக்கிறது.

இந்தப் படத்தின் நாயகியின் பெயர் கதீஜா. கதீஜா முகம்மது நபியுடைய மனைவியின் பெயர். 1400 ஆண்டுகட்கு முன்பே முற்போக்கானவராகவும், செல்வாக்கு மிகுந்தவராகவும், வணிகராகவும் திகழ்ந்தவர் கதீஜா அம்மையார்.

திருமணத்துக்குப் பிறகு முகம்மதுவிடம் ஆன்மீக அளவில் பெரிய மாற்றங்கள் ஏற்பட்டன. அதை அவர் கதீஜாவுடன்தான் பகிர்ந்து கொண்டார். முகம்மதுவுக்கு கிடைத்த போதனைகளை முதலில் கேட்டவர் கதீஜாதான். அந்த வகையில் உலகின் முதல் முஸ்லீம் கதீஜா.

வரலாற்றுச் சிறப்பு வாய்ந்த அந்தப் பாத்திரத்தின் பெயரை நாயகிக்கு வைத்தது உள்நோக்கமுடையது.

முஸ்லீம் பெண்களை எந்த அளவு இழிவு செய்ய முடியுமோ, அந்த அளவு செய்திருக்கிறது பிரியாணி படத்தின் தொடக்கக் காட்சி. கதீஜாவோடு உறவு கொள்கிறான் அவளது கணவன்.

உறவு முடிந்து எழுகிறான்.

ஆனால் கதீஜா ஆர்கசம் அடையாததுபோல சித்தரிக்கிறார் இயக்குனர். கணவன் பார்க்க, தொடர்ந்து சுய இன்பம் அனுபவிக்கிறாள். தன்னை அவமானப்படுத்துவதாகக் கருதும் கணவன், அவளது கிளிடோரியஸை நறுக்க வேண்டும் (FGM) என்கிறான். கேரள முஸ்லீம் பெண்களிடையே FGM வழக்கம் இல்லை.

இந்தக் காட்சி இத்தோடு முடிவடையவில்லை. உறவுக்குப் பிறகு கதீஜா குளிக்காமல் வெள்ளை உடை அணிந்து, தொழுகையில் ஈடுபடுவதாகக் காட்டுகிறார் இயக்குனர்.

மாமிசக் கடை வைத்திருக்கும் முஸ்லீம் ஒருவர், ஆட்டின் கழுத்தை அறுப்பதை தத்ரூபமாகக் காட்டுகிறார்கள். கதீஜாவின் மகனுக்கு சுன்னத் செய்கிறார்கள். அனஸ்தீஷியா கொடுக்கவில்லை. சுன்னத் செய்பவர் டாக்டருமில்லை. காட்டுமிராண்டித் தனமாக அவனது பிறப்புறுப்பின் முனையை வெட்டுவதாகக் காட்டுகிறார்கள்.

கதீஜாவுக்கு உதவி செய்யும் ஒரு தொழுகை அழைப்பாளர். தற்செயலாக கதீஜா அவரது சன்னலைத் திறக்கிறாள். அவர் சுய இன்பம் அனுபவிக்கிறார். இவையெல்லாம் முந்தைய காட்சிக்கோ, படத்துக்கோ சம்பந்தம் இல்லாதவை. வலிந்து திணிக்கப்பட்டவை. உள்நோக்கம் (intention) உடையவை.

ஆண் சமூகத்தை பழிவாங்குகிறேன் பேர்வழியென, அம்மாவின் மரணத்துக்குப்பிறகு, கதீஜா விபச்சாரத்தில் ஈடுபவதை, முற்போக்குப் பெண்ணியம் போல் சித்தரிக்கிறார் இயக்குனர்.

தொடர்போ, தொடர்ச்சியோ இல்லாமல், கதீஜாவின் முதல் கணவன் மீது படுத்து, அவனது இரண்டாவது மனைவி, உறவில் ஈடுபடுவதாக படம் முடிகிறது.

இந்தியாவில் முஸ்லீம்கள் அதிகம் வாழும் மாநிலம் கேரளம். கேரள சினிமாவின் வளர்ச்சியை, அதன் யதார்த்தப்போக்கை வசதியாக எடுத்துக் கொண்டு, முஸ்லீம்களை நாகரீகமற்றவர்களாக, பெண்களை இழிவுபடுத்தும் பிற்போக்காளர்களாக சித்தரிக்கிற படமாக வந்திருக்கிறது பிரியாணி.

மதத்தின் அடிப்படைவாதத் தன்மைகளை விமர்சிப்பதுதான் கலையின் வேலை. ஆனால் அது உள்நோக்கமுடையதாக, இன்னொரு மதத்தின் நலன்களுக்கு உதவுகிற வகையில் அமையக் கூடாது என்பதுதான் நமது ஆதங்கம்.

உதாரணமாக, இந்தப் படத்தில் காண்பிப்பதுபோல், ஒருவர் எஸ்எம்எஸ்ஸில் மூன்று முறை தலாக் சொல்லி விவாகரத்து பெற்றுவிட முடியாது.

ஒவ்வொரு தலாக்கிற்கும் சீரான இடைவெளி இருக்க வேண்டும்.

இந்துத்துவா ஆட்சியில் போலீஸ், முஸ்லீம் ஒருவரை ஐஎஸ்ஐ தீவிரவாதி என முத்திரை குத்துவதை வைத்து, முஸ்லீம் சமூகம் அவரது குடும்பத்தை சமூக விலக்கம் செய்வதில்லை.

இந்தப் படத்தில் காட்டுகிறபடி மலையாள முஸ்லீம் பெண் ஒருவர், விபச்சாரத்தில் ஈடுபடுவதென்பதெல்லாம் யதார்த்தத்துக்குப் பொருந்தாத முஸ்லீம் விரோத மூளையில் உருவாகிற விபரீத கற்பனைகள்.

இந்துத்துவா நாக்கை திருப்திபடுத்த, கிண்டியிருக்கிற அரைவேக்காட்டு பிரியாணி இது. நல்லவேளை மலையாளிகள் இந்தப் படத்தை ஆதரிக்கவில்லை. ஒதுக்கியிருக்கிறார்கள்.

எஃப்.ஐ.ஆர் படம் பேசுவது இசுலாம் ஆதரவா? எதிர்ப்பா?

வாழ்க்கை ஒரு ரோலர் கோஸ்டர் போன்றது. தாழ்வுகள், உயர்வுகள், திருப்பங்கள் நிறைந்தது.

நேற்று மாலை பழமலைநாதர் ஆலயத்திலிருந்து ரோலர் கோஸ்டர் எங்களை ஜெய்சாய் கிருஷ்ணா தியேட்டரில் விட்டது.

தமிழோடு எஃப்.ஐ.ஆர் பார்த்தேன்.

விஷ்ணு விஷாலுக்கு, ஒரு கம்ப்ளீட் ஆக்டருக்கான வாய்ப்பை உருவாக்கித் தந்திருக்கிற படம். ஆனாலும் இயக்குநரின் அரசியல் தெளிவின்மையால் அவருக்கு பாதி வெற்றியை மட்டுமே தந்திருக்கிறது படம்.

கெமிக்கல் என்ஜினியரிங் படித்து விட்டு வேலைதேடும் இளைஞன் இர்ஃபான் அஹமது (விஷ்ணு விஷால்). அவரது தாய் ஒரு போலீஸ் அதிகாரி.

இர்ஃபானுக்கு வேலை கிடைப்பதில், முஸ்லீம் எனும் மத அடையாளம் சிக்கலாக இருக்கிறது. இந்நிலையில் அபுபக்கர் எனும் இசுலாம் தீவிரவாதி இந்திய புலனாய்வுத் துறையால் (NIA) தேடப்படுகிறார்.

ஒருகட்டத்தில் தனக்குத் தெரிந்த நண்பர் ஒருவரது கெமிக்கல் கம்பெனியில் வேலைக்குச் சேர்கிறார் இர்ஃபான். விமான நிலையத்தில் அவரது செல்ஃபோன் காணாமல் போகிறது.

அந்த செல்ஃபோனில் வெடிகுண்டு பொறுத்தப்பட்டு விமான நிலையம் அருகில் வெடிக்கப்படுகிறது. புலனாய்வுத் துறையினர் இர்ஃபானை கைது செய்கிறார்கள்.

அப்பாவியான அவரை அபுபக்கர் என நினைத்து சித்ரவதை செய்கிறது தேசிய புலனாய்வுத் துறை.

இந்தியக் காவல் துறையில் இசுலாம் வெறுப்புணர்வு எந்த அளவு ஒரு நோயாக ஊடுருவியிருக்கிறது என்பதை எஃப்.ஐ.ஆர் படம் துல்லியமாகக் காட்டுகிறது.

எல்லா மதங்களிலும் தீவிரவாதக் குழுக்கள் இருக்கின்றன.

தி ஆர்மி ஆஃப் காட், லார்ட்ஸ் ரெஸிஸ்டென்ஸ் ஆர்மி, தி கன்செர்ன்ட் கிறிஸ்டியன்ஸ் போன்ற கிறித்துவ தீவிரவாத அமைப்புகள் செயல்படுகின்றன.

மியான்மரில் பௌத்த தீவிரவாதம் ரோஹிங்கா முஸ்லீம்களை ஒடுக்குகிறது.

ஆர்.எஸ்.எஸ், அபினவ் பாரத் போன்ற காவி பயங்கவாத செயல்பாடுகளையும் இந்தியாவில் கண்டிருக்கிறோம். சம்ஜௌதா எக்ஸ்பிரஸ் குண்டுவெடிப்பில் 68 பேர் கொல்லப்பட்டனர். இதை நிகழ்த்தியது அபினவ் பாரத் எனும் காவி பயங்கரவாத அமைப்பு. அஜ்மீர் தர்கா குண்டுவெடிப்பு ஆர்எஸ்எஸ்ஸால் நிகழ்த்தப்பட்டது.

குஷ் எமுனிம் அண்டர் கிரவுண்ட், பிரிட் ஹகானைம், ட்ஸிரிஃபின் அண்டர்கிரவுண்ட், போன்ற யூத தீவிரவாத அமைப்புகள் இசுரேலை மையமாகக் கொண்டு இயங்குகின்றன.

ஆனால் உலக அளவில், சினிமாக்களில் மதத் தீவிரவாதம் என்றாலே, அல்கொய்தா, ஐஎஸ்ஐஎஸ் என்றே மீண்டும் மீண்டும் படமாக்கப்படுகின்றன.

இப்படி இஸ்லாம் வெறுப்பு ஃபோபியாவால் வேட்டையாடப்படும் இர்ஃபானின் கதை, படம் முடிவதற்கு சற்று முன்புவரை முற்போக்கான அணுகுமுறையிலேயே அமைந்திருக்கிறது.

இயக்குநர் மனு ஆனந்த் புதுமுகம்.

இந்த அளவு விலகி யோசிக்கிறாரே!

அவர் மீது மதிப்பும் கூடியது.

மது ஆனந்த் கௌதம் வாசுதேவ் மேனனிடம் துணை இயக்குநராகப் பணிபுரிந்தவராம். கௌதம்தான் இப்படத்தில் புலனாய்வுத் துறை இயக்குநர்.

படம் முடியும்போது உண்மையான அபுபக்கரை காட்டுகிறார்கள். உண்மையான அபுபக்கரை கண்டுபிடிக்க புலனாய்வுத் துறையால் இசுலாமியத் தீவிரவாதியாக

சித்தரிக்கப்படும் ஒரு இளம் புலனாய்வு அதிகாரிதான் இர்ஃபான்! எனக்காட்டும்போது இண்டர்வெல்லுக்கு முன் காட்டிய, இந்திய புலனாய்வுத் துறையின் இசுலாம் வெறுப்பு ஒரு மாயை.

அது சரியாகத்தான் இயங்குகிறது.

இங்கு இசுலாம் தீவிரவாதம் இருக்கிறது. அதேவேளை இர்ஃபான் போல, ரைசா வில்சன் போல ஒரு சில நல்ல முஸ்லீம் போலீஸ் அதிகாரிகளும் இந்தியாவில் இருக்கிறார்கள்! என முடிக்கிறார்கள்.

இந்தியாவில் ஆயிரக்கணக்கான அப்பாவி முஸ்லீம்கள் தீவிரவாதிகளாக முத்திரைக் குத்தப்பட்டு சிறையில் வாடுகிறார்கள். தமிழகத்திலும் இதேநிலைதான். இந்தப்படம் இவர்கள் ஒத்தவர்களை கரிசனத்தோடு பேசுவதுபோல பாவனை செய்து இறுதியில் ஊமையாகிவிடுகிறது.

பிரதமர் மோடிகூட படத்தின் இறுதியில் தோன்றுகிறார். அவர்மீது எந்த விமர்சனத்தையும் வைக்கவில்லை படம். புலனாய்வுத் துறை வீரர்களால் இந்தியா பாதுகாப்பாக இருப்பதாக படம் முடிகிறது.

இந்தியாவின் முஸ்லீம் வெறுப்பு ஃபோபியா குறித்தும் பேச இயக்குநர் ஆசைப்பட்டிருக்கிறார்.

இந்தியாவின் அமைதி, வளர்ச்சி அழிவது இசுலாமிய தீவிரவாதத்தால்தான் என்றும் காட்டுகிறார்.

பாதி படத்தை காந்தி டைரக்ட் செய்தது போலவும், பாதி படத்தை கோட்சே இயக்கியது போலவும் இருக்கிறது எஃப்.ஐ.ஆர்.

.

தி காஷ்மீர் ஃபைல்ஸ் – சொல்ல மறந்த கதைகள்

காஷ்மீர் ஃபைல்ஸ் பார்த்து ஒரு வாரம் ஆகிவிட்டது. இது குறித்து எழுதவேண்டும் எனும் தவிப்பு மனமெங்கும் வியாபித்திருந்தது. கடுமையான பணிச் சூழல். உடனடியாக எதிர்வினையாற்ற முடியாமல் போனது.

சமகாலம், இறந்த காலம் என காஷ்மீர் ஃபைல்ஸ் காலத்தை முன்னும் பின்னுமாக (1989 — 2020) அசைத்தபடி நகர்கிறது.

காஷ்மீர் சிறப்பு அந்தஸ்த்தை ரத்து செய்த பா.ஜ.க அரசு படத்தை ஆஹா, ஓஹோ என பாராட்டுகிறது. கோவா, குஜராத், ஹரியானா, கர்நாடகா, மத்தியப் பிரதேசம், திரிபுரா, உத்தரப் பிரதேசம், உத்தரகண்ட், பீகார் மற்றும் இமாச்சலப் பிரதேசம் போன்ற பாஜகவும் அதன் கூட்டணிக் கட்சிகளும் ஆளும் மாநிலங்களில் இப்படத்துக்கு வரிவிலக்கு வழங்கப்பட்டுள்ளது.

பிரதமர் மோடியும், உள்துறை அமைச்சர் அமித்ஷாவும் இப்படத்தின் இயக்குநர் விவேக் அக்னிஹோத்ரியை புகழ்ந்து தள்ளுகிறார்கள்.

அக்னி ஹோத்ரி ஆர்எஸ்எஸ் சித்தாந்தத்தில் ஊறித் திளைத்த நபர். காவி கார்ப்ரேட் ஃபாசிஸத்தில் ஆர்வமும் நம்பிக்கையும் உடையவர். கொகோகோலா விளம்பரங்களில் தொடங்கிய கார்ப்ரேட் விசுவாசம், நகர்ப்புற நக்சல்கள், தி மேக்கிங் ஆஃப் புத்தர் இன் எ டிராஃபிக்ஜாம், தாஷ்கண்ட் ஃபைல்ஸ் என காவி பாசிஸமாக வளர்ந்தது.

ஒரு சினிமாவாக முழுமையடையாத தி காஷ்மீர் ஃபைல்ஸ் படத்தை மோடியும் அமித்ஷாவும் இப்படிக் கொண்டாடக் காரணம் என்ன?

இந்தப்படத்தில் வெளிப்பட்டிருக்கும் அப்பட்டமான இஸ்லாம் வெறுப்பு தவிர்த்து வேறு காரணம் இல்லை.

காஷ்மீர் அரசியலின் ஒரு பகுதியை மட்டும் பூதக்கண்ணாடி வைத்து பெரிதாகக் காட்டும் படம் இது.

வரலாற்று திரிபுவாதத்தையும் முஸ்லீம் வெறுப்பையும் அடிப்படையாகக் கொண்ட படம்.

சுருக்கமாக காஷ்மீர் ஃபைல்ஸ் திரைப்படத்தின் கதையைப் பார்ப்போம்.

1989 ஆம் ஆண்டு வாக்கில் காஷ்மீர் பண்டிட்டுகள், காஷ்மீர் பள்ளத்தாக்கிலிருந்து வெளியேற்றப்பட்டதை மிகையாக சித்தரிக்கும் படம்.

டெல்லி ஜெஎன்யுவில் படிக்கும் மாணவன் கிருஷ்ணா பண்டிட் (தர்ஷன் குமார்). ஜெ.என்.யு பல்கலைக்கழக மாணவர் தேர்தலில் போட்டியிடுபவன். இவனை வலதுசாரி சிந்தனைகளால் வளர்த்தெடுக்கிறார் பேராசிரியர் ராதிகா மேனன் (பல்லவி ஜோஷி — இயக்குநர் அக்னிஹோத்ரியின் மனைவி).

பெற்றோர்கள் விபத்தில் இறந்ததாக உறவினர்கள் கூறுவதை நம்புகிறான் கிருஷ்ணா. வளர்ந்த பிறகு அவர்கள் இசுலாம் தீவிரவாதத்துக்குப் பலியாகியிருப்பதாக அறிகிறான். கிருஷ்ணாவின் தாத்தா புஷ்கர்நாத் பண்டிட் (அனுபம் கெர்). இவரது மகன் கரன். மருமகள் சாரதா (பாஷா சும்ப்ளி).

கரன் ஓர் இந்திய உளவாளி என அவனைத் தீவிரவாதிகள் தேடுகிறார்கள். தன் மகன் உயிருக்கு தீங்கு நேரிடுமெனக் கருதும் புஷ்கர், ஐஏஎஸ் அதிகாரியும் தன் நண்பருமான பிரம்மாவிடம் (மிதுன் சக்ரவர்த்தி) மகனுக்கு அடைக்கலம் கோருகிறார்.

இசுலாம் போராளிக் குழுவின் தலைவன் ஃபரூக் மாலிக் பிட்டா (சின்மயி மண்லேகர்). இவன் புஷ்கர் பண்டிட்டின் முன்னாள் மாணவன். இயக்கத்தாரோடு புஷ்கர் வீட்டுக்கு வரும் பிட்டா, அரிசி குதிரில் மறைந்திருக்கும் கரணை சுடுகிறான். குருதியில் நனைந்த அரிசியை பிட்டா, சாரதாவிடம் கொடுத்து சாப்பிடச் சொல்கிறான்.

கரனுக்கு ஆஸ்பத்திரியில் மருத்துவம் பார்க்கவிடாமல் இடையூறு செய்கிறான். இதனால் கரண் இறந்து போகிறான்.

தொடரும் தீவிரவாதத்துக்கு சாரதா, மூத்தமகன் சிவன் மேலும் பல பண்டிட்டுகளும் பலியாகின்றனர்.

இந்நிலையில் பிரம்மா J & K ஆளுநரின் ஆலோசகராகிறார். 370 சட்டப் பிரிவை அகற்றவும், பண்டிட்டுகளை மீள் குடியேற்றவும் ஆலோசனை வழங்குகிறார்.

காஷ்மீர் தீவிரவாதத்துக்குப் பலியான தன் குடும்பத்தின் கதையை, பல்கலைக் கழக மாணவர்களிடம் பிரச்சாரம் செய்கிறான் கிருஷ்ணா. காஷ்மீர் அரசியலை இசுலாமியர்களுக்கு எதிரான நோக்கில் பேசுகிறான். மாணவர்கள் அவன் கூற்றில் உண்மை இருப்பதாக நம்பவும் செய்கிறார்கள்.

இவ்வாறாக விவேக் அக்னிஹோத்ரி காஷ்மீரின் பகுதி அரசியலை ஒரு சார்பில் நின்று எடுத்திருக்கும் படம்தான் தி காஷ்மீர் ஃபைல்ஸ்.

'உலகம் இங்கு முடிகிறது. சொர்க்கம் இங்கு தொடங்குகிறது. மகிழ்ச்சிப் பள்ளத்தாக்கு உங்களை வரவேற்கிறது'.

ஜம்மு—காஷ்மீருக்கு செல்லும் நெடுஞ்சாலை முகப்பில் இவ்வாசகத்தைக் காணமுடியும்.

அந்த அழகிய மாநிலம் நிம்மதி இழந்து பல ஆண்டுகளாயிற்று.

பிரிட்டிஷ் அரசாங்கம் குலாப்சிங் என்கிற மன்னனுக்கு ஜம்மு காஷ்மீரை 75 இலட்சம் ரூபாய்க்கு விற்றது. அவனது மகன் ஹரிசிங். மன்னராட்சி அவலங்களுக்கு எதிராக போராடியவர் ஷேக் அப்துல்லா. அவர் தொடங்கியதே தேசிய மாநாட்டு கட்சி. காஷ்மீரிகள் முஸ்லீம் என்ற போதிலும் அவர்கள் பாகிஸ்தானோடு இணைய விரும்பவில்லை. இந்தியாவோடு இணக்கமாக இருக்கவே விரும்பினார்கள்.

இணக்கமாக இருக்க விரும்பியவர்களை அடிமைகளாக மாற்றத் துடித்தது இந்தியா.

சனநாயகத்தில் அக்கறையுடைய நேரு, காஷ்மீரிகளைப் புரிந்துகொண்டதன் விளைவே 370 மற்றும் 35 — ஏ போன்ற சிறப்புச் சட்டங்கள்.

இந்நிலையில் விடுதலைக்குப் பிறகு காஷ்மீரை ஆக்ரமிக்க படையை அனுப்பியது பாகிஸ்தான். காஷ்மீரைப் பாதுகாக்கிறேன் பேர்வழியென உள்ளே நுழைந்தது இந்திய ராணுவம்.

அன்று நுழைந்த இந்திய ராணுவம் இன்றுவரை காஷ்மீரத்தை ஆக்ரமித்துக் கொண்டிருக்கிறது.

ஒரு காஷ்மீரிக்கு ஒரு ராணுவ வீரர் என்கிற அளவில் ராணுவ ஆக்ரமிப்பு உள்ளது. காஷ்மீர் போராட்டம் என்பது நமது ஈழ விடுதலை யுத்தத்தை ஒத்த ஓர் இன விடுதலைப் போராட்டம்.

அதை இந்தியா, இந்து முஸ்லீம் போராட்டமாக, பாகிஸ்தான் எதிர்ப்பு சம்பந்தப்பட்டதாக மாற்றிவிட்டது.

லட்சக்கணக்கான காஷ்மீரிகளை தீவிரவாதிகள் என முத்திரை குத்தி ராணுவம் கொலை செய்திருக்கிறது.

அபலை காஷ்மீர் பெண்களை பாலியல் பலாத்காரம் செய்துள்ளது. ராணுவ வீரர்கள் பொதுவெளியில் மது அருந்துவது, காஷ்மீர் பெண்களைக் கண்டால் ஜிப்பைத் திறந்து தங்கள் ஆண்குறியை எடுத்துக்காட்டுவது போன்ற இழிசெயல்களையும் அங்கு அரங்கேற்றியுள்ளனர்.

ஈழத்தைப்போலவே விசாரணைக்காக அழைத்துச் செல்லப்பட்ட தம் கணவர்கள் உயிரோடு இருக்கிறார்களா? இறந்துவிட்டார்களா? எனத்தெரியாமல் பாதிக்கும் மேற்பட்ட காஷ்மீரப் பெண்கள் காலம் கழித்து வருகின்றனர்.

இப்படி, காஷ்மீரின் முழு பரிமாணத்தை அக்னிஹோத்ரி போன்றோரிடம் எதிர்பார்க்க முடியாது.

காஷீமீர் பண்டிட்டுகள் மீது நடந்த தாக்குதல்களை நான் நியாயப்படுத்த விரும்பவில்லை. அங்கு தீவிரவாதம் உருவானதற்கான கொதிநிலையை ஏற்படுத்தியது இந்தியா.

காஷ்மீரில், இசுலாமியர்களும் பண்டிட்டுகளும் தங்களை காஷ்மீரிகளாகவே உணர்ந்த காலமிருந்தது. அதெல்லாம் படத்தில் காட்டப்படவே இல்லை.

காஷ்மீர் பண்டிட்டுகள் வெளியேற்றப்பட்டதில் அப்போதைய கவர்னர் ஜக்மோகனுக்கு தொடர்பிருக்கிறது. இசுலாமியர்கள் மீது வெறுப்பை வளர்க்கும்பொருட்டு இவரால் எடுக்கப்பட்ட அரசியல் முடிவே, காஷ்மீர் பண்டிட்டுகளை டெல்லியில் குடியேற்றியது. அங்கு அவர்களுக்கு நல்ல குடியிருப்புகள், வேலைவாய்ப்புகள் உருவாக்கப்பட்டன. மற்ற அகதிகளைப்

போலல்லாமல் பண்டிட்டுகளை கரிசனத்தோடு கவனித்துக் கொண்டது இந்தியா! என்பதையும் நாம் நினைவுபடுத்திக்கொள்ள வேண்டியிருக்கிறது.

இந்தப் படம் நிகழும் இதே காலத்தில் காஷ்மீரெங்கும் ஊரடங்கு உத்தரவு. ஜவஹர் நகரில் வசிக்கும் பண்டிட் ஒருவரின் குடும்பத்தில் சாப்பிட அரிசி இல்லை. நோய்வாய்ப்பட்ட பண்டிட்டின் அம்மா.

பண்டிட் மனைவி தன்னோடு டீச்சராக வேலை பார்த்த சுபைதா பேகத்துக்கு நிலைமையை விளக்கி ஃபோன் செய்கிறார். பேகம் குடும்பம் இருப்பதோ ஸ்ரீநகரில். இரு நகரங்களுக்கும் இடையே வெகு தொலைவு.

வீட்டிலிருந்த அரிசி, பருப்பு, மசாலா சாமான்களை மூட்டை கட்டி எடுத்துக் கொண்டனர் பேகமும் அவளது கணவரும். பஸ், ஆட்டோ எதுவும் இயங்காத நிலையில் பல மைல்கள் நடந்தே சென்றனர். சந்தேகத்துக்கு இடமானவர்களை சுடலாம் எனும் உத்தரவு இருந்த காலம். இடையில் போலீஸ்காரர்கள் பேகம் தம்பதியை தடுத்து நிறுத்தினர்.

தங்கள் நட்பின் கதையை அவர்கள் கூறியபோது காக்கி மனசும் கரைந்தது.

இதுதான் யதார்த்த நிலை. பகையோ, இந்திய ராணுவமும் உளவுத்துறையும் உருவாக்கியதால் விளைந்தது.

இசுலாமியர்களை முரடர்களாக, மனிதாபிமான மற்றவர்களாக, கொடூர நெஞ்சு படைத்தவர்களாக, வலிந்து சித்தரிக்கும் அக்னிஹோத்ரி போன்றவர்களிடம் மூடப்பட்டு கிடக்கும் குஜராத் ஃபைல்ஸை புரட்டிப் பார்க்கும் கலை நேர்மையை எதிர்பார்க்க முடியுமா?

ஒரே நாளில் இசுலாமியர்கள் தங்கள் குடும்பத்தை, உடைமைகளை இழந்து நின்ற குஜராத் கதைகளை சொல்வார்களா?

கர்ப்பிணியின் வயிற்றில் திரிசூலத்தை செருகி கருவிலிருந்த குழந்தையைக் கொன்றதைக் காட்டுவார்களா?

பிஜேபி, விஹெச்பி, பஜ்ரங்தள், ஆர்எஸ்எஸ் இந்திய இசுலாமியருக்கு நிகழ்த்திய கொடுமைகள் மானுட நேயமுடையோரின் இதயத்தில் குருதி கசிய வைப்பவை.

கோத்ரா ரயில் எரிப்பைத் தொடர்ந்து நடைபெற்ற கலவரத்தில் 790 முஸ்லீம்கள் கொல்லப்பட்டார்கள். 223 பேர் காணாமல் போனார்கள் என அதிகாரப்பூர்வ தகவல்கள் கூறுகின்றன.

இந்தியாவின் பிரதமரும் உள்துறை அமைச்சரும் அரசியல் அமைப்புச் சட்டப்படி இந்திய மக்களுக்குப் பொதுவானவர்கள். ஆனால் மோடியும், அமித்ஷாவும் அப்படி ஒருபோதும் நடந்து கொண்டதில்லை.

குஜராத் படுகொலைகள் குறித்து, இறுதி தீர்வு (Final solutions) என்றொரு ஆவணப்படம் 2002 வெளியானது.

ஹிட்லர் தனது இறுதி தாக்குதலுக்கு வைத்த பெயர்தான் Final solutions. ராகேஷ் சர்மா இயக்கிய படம். கலைஞர்களுக்குரிய பொறுப்போடு குஜராத் கலவரத்தை அணுகியிருப்பார் ராகேஷ் சர்மா.

இப்படி நேர்மையோ, சினிமா பொறுப்போ எதுவுமில்லாமல் எடுக்கப்பட்ட ஒரு வக்கிரக் குப்பை தி காஷ்மீர் ஃபைல்ஸ்.

மோடி அமித்ஷா போன்றோர் அக்னிஹோத்ரிக்கு விருந்து கொடுக்கலாம். விருது வழங்கி மகிழலாம்.

வரலாறு என்னவோ இத்தகைய நசிவுக் கலைஞர்களை, திரிபுவாத சித்தரிப்புகளை குப்பைத் தொட்டியில் வீசியெறியப் போவது திண்ணம்!

பஷீரோடு ஒரு காலைப்பொழுது!
(பஷீரை நினைவு கொள்வது)

பஷீரே ஒரு கதை. மலையாளிகள் கதையைக் கொண்டாடிய காலத்தில் விரிந்த கதை.

படிக்கத் தெரியாத ரிக்ஷாக்காரர்களும் சிறிய கதைப்புத்தகங்களை வாங்கினார்கள். அதை மற்றவர்களைப் படிக்கச் செய்து கேட்டார்கள். அதற்குள்ளிருந்த, தம்மையொத்த எளிய மனிதர்களின் வாழ்வைக் கேட்டு சிலிர்த்தார்கள்.

மலையாளக் கதைகள் அதன் மண்ணை, மாந்தரை அவர்தம் வேர்வைக் கசடோடு, குருதி வலியோடு பேசிய காலமது.

பஷீருக்கு குரானின் வாசிப்பிருந்தது. தனது காலத்தின் யதார்த்தத்திலிருந்து, வாசகனை மாயமும் சிறிதே மர்மமும் நகைச்சுவையும் நிறைந்த ஒரு புதிய உலகத்திற்கு அழைத்துச் சென்றார்.

பஷீர் இந்திய எழுத்தாளர்களிடையே தனித்திருக்கிறார். காரணம், பஷீர் காணக் கிடைக்காத வாழ்வையும் சொற்களையும் கதைகளையும் வைத்திருந்தார்.

பஷீருக்கு இரு முறை பைத்தியம் பிடித்தது. சிகிச்சை பெற்றார். ஒரு முறை பைத்தியக்கார விடுதியில் பைத்தியமொன்றோடு நட்பாகிறார். பட்டாளத்தில் வேலை செய்த பைத்தியம்.

அவரிடம் பஷீர், 'என்ன வேலையில் இருந்தீங்க?' கேட்கிறார். ஐந்து வருடங்களுக்கு முன்னால் சிரியாவில் இருந்தபோது செத்து மண்ணோடு கலந்துவிட்டேன்.' 'பிறகு?' 'இப்போ கடவுளின் பூமியில் இருக்கிறேன்' என்றிருக்கிறது.

தொடரும் உரையாடலில், அப்பைத்தியம், 'வாழ்வில் ஒரே ஒரு லட்சியம்தான். ஒரு யானையைச் சாப்பிட வேண்டும்' என பஷீரை அதிரவைக்கிறது.

'எங்குப்பாவுக்கு ஒரு யானை இருந்துச்சு!' என்கிறார் பஷீர். 'அப்புறம், அதைச் சாப்பிட்டிங்களா?' எனக் கேட்கிறது பைத்தியம்.

பஷீர் பைத்தியங்களோடு உரையாடியவர். திருடர்களின் அன்பைப் பெற்றவர். சிறைக்குச் சென்றார். அங்கு அவரை சிறைக்காவலர்கள் ஒரு கான்ஸ்டெபிளைப்போல நடத்தியதாக தனது நண்பர் ரஃபிக்கு கடிதம் எழுதுகிறார்.

பஷீர் அலட்சியவாதி மட்டுமல்லர். மகா குறும்புக்காரர். சாகித்திய அகடமி விருது பெற்றவர். வீட்டுக்குள் நுழைய வந்த நரியை சாகித்திய அகடமி தாமிரப் பட்டயத்தால் அடித்து விரட்டினார். பிறகு தாமிரப் பட்டயத்தால் அடி வாங்கிய பெருமைக்குரிய நரி என்று அதைப் புகழ்ந்தும் எழுதினார்!

எனக்கொரு பால்யகால சகியிருந்தாள். அவள் பெயர் அஞ்சலை. பஷீருடைய மஜீத்தின் பால்யகால சகி சுகரா.

மஜீத் அப்பாவி சிறுவன். கனவு காண்பவன். ஆசிரியர் ஒன்றையும் ஒன்றையும் கூட்டினால் என்ன வரும்? என்பார். சற்று பெரிய ஒன்று என்பான் மஜீத். பிரயத்தனங்கள் எதுவுமின்றி வாழ்வை வெறும் கனவுகளோடு நகர்த்துபவனை காலம் அதன் மாயச் சுழலுக்குள் சிக்க வைக்கிறது. மஜீத் தொடர்ந்து தோல்வியடைபவனாகிறான். இளம்பிராயத்து தோழி சுகாராவை மணம் முடிக்க இயலவில்லை. வறுமையை வெல்ல வழி தெரியவில்லை. மும்பைக்கு பிழைக்கச் செல்கிறான். விபத்தில் காலை இழக்கிறான். அப்பாவிகளை ஏன் கடவுள் சோதிக்கிறான். கடவுள் என்று ஒருவன் இருக்கிறானா? மதம், அது போதிக்கும் நெறிகள் பொய்யா? ஏழைகளுக்கு வேர்வையும் கண்ணீரையும் தவிர வேறு பரிசுகளே இல்லையா? பஷீர் தீவிரமாக சிந்திக்க வைக்கிறார்.

இதற்கு முன்னுரை எழுதிய எம்.பி. போள்,

'பால்யகால சகி, வாழ்க்கையிலிருந்து பிய்த்தெடுக்கப்பட்ட ஓர் ஏடு. அதன் ஓரங்களில் இரத்தம் துளிர்த்து நிற்கிறது, மரணத்தை விடக் கொடுமையான சோக அனுபவங்களும் வாழ்க்கையில் உண்டு என்பதை வாசகர்கள் இதை வாசித்த பின் உணர்வார்கள்' என எழுதியிருப்பார்.

ஓரளவு வசதியான குடும்பத்தில் பிறந்தவர் பஷீர். தந்தை அவரைப் படிக்கவைக்க விரும்பினார். ஆனால் பஷீரோ நிலங்களை, நதிகளை, விலங்குகளை, தாவரங்களை, மனிதர்களைப் படிக்க விரும்பினார். சிறுவயதிலேயே ஊர் சுற்ற விரும்பிய நாடோடி மனமவர்க்கு!

தெருவில் ஒரு சிறைக் கைதியைப் பார்க்கிறார். அவனை போலீஸ்காரர்கள் விலங்கிட்டு சிறைக்கு அழைத்துச் செல்கிறார்கள். அவன் தன்னைத் திரும்பிப்பார்க்கமாட்டானா என விருப்பப்படுகிறார் பஷீர். திரும்பவில்லை அவன்.

ஒருமுறை தெருவில் நடந்து சென்று கொண்டிருக்கும்போது, பசியால் மயங்கிச் சரிகிறார் பஷீர். அவர் முகத்தில் குளிர்ந்தநீர் தெளிக்கப்படுகிறது.

ஒரு மனிதனின் மடியில் அவரது தலை சாய்க்கப்பட்டிருக்கிறது. அவருக்கு உணவூட்டுகிறான். அவனது கருணையில் எழுபவரிடம் ஒரு பொட்டலத்தை தந்து மறைகிறான். பிரித்துப் பார்க்கிறார். ஒரு வாரம் சாப்பிடுவதற்கான காசு அதில் இருக்கிறது.

அந்த மனிதனைப் பிறகு அவரால் சந்திக்கவே முடியவில்லை. காணும்போதோ அவன் விலங்கு பிணைக்கப்பட்டு திரும்பிப் பார்க்காமல் போலீஸோடு சென்றுகொண்டிருக்கிறான்.

பஷீர் காட்டும் காட்சிகள் அபூர்வமானவை. நமக்கு கிடைக்கவே கிடைக்காத அதிசய அனுபவங்களவை.

ஒரு முறை சாப்பிடச் செல்கிறார். உணவுண்ட பிறகு பர்சைப் பார்க்கிறார். காணோம். ஹோட்டல்காரன் அவரது உடைகளை களைந்து நிர்வாணமாக்குகிறான். உயர்ந்த மனிதனொருவன் அவர் அருகே வருகிறான்.

உணவு விடுதி உரிமையாளனிடம் பில்லைக் கொடுத்து, ஆடைகளைப் பெற்று அவரிடம் கொடுக்கிறான்.

வெளியே அழைத்துவந்து தனது பாக்கெட்டிலிருந்து சில பர்ஸ்களை எடுக்கிறான். இதில் உங்களுடையது எது? எடுத்துக்கிங்க! என்கிறான்.

எல்லா மனிதர்களுக்குள்ளும் இருந்த அன்பை எழுதியவர் பஷீர்.

வைக்கம் முகம்மது பஷீர் கவிதையையும் விட்டு வைக்கவில்லை.

‘வைக்கம் முகம்மது பஷீர்

கேரளத்தின்டே ஸூஃபி

அவருக்கு ஆயிரம் வேலைகள் தெரியுமாம்

அவர் பார்த்த முதல் வேலை

குரங்குக்குப் பேன் பார்ப்பது

சாதாரணக் குரங்கு இல்லை

பைத்தியம் பிடித்த

பெரும் மசைக் குரங்கு!‘

எனத் தொடங்கி அவருக்கு என்னென்ன வேலைகள் தெரியுமென எழுதியிருப்பார்.

பஷீருடைய மதிலுகள் நாவல் சினிமாவாக வந்தது. மம்முட்டி பஷீராக நடித்திருப்பார். ஆனால் பஷீர், மம்முட்டி அளவுக்கு உடல்வாகைப் பெற்றவரல்லர்.

சிறையில் பஷீருக்குப் பக்கத்தில் பெண்கள் அறை. அங்கு நாராயணி என்றொரு பெண். ஒரு நாள் பஷீரிடம், ஒரு ரோஜாச் செடி கேட்பாள். ‘சிறையில் இருக்கும் ரோஜா தோட்டமே உனக்குதான் சொந்தம்!’ என்பார் பஷீர். ‘எனக்கு ஒரு செடி போதும் ‘ நாராயணி புன்னகைப்பாள்.

‘உனக்காக உயிரையும் தருவேன். ரோஜாவா பெரியது?’ ரோஜாச் செடியோடு வருவார். அந்த ரோஜா செடியின் இலைக்கு, மொட்டுக்கு, பூவுக்கு முத்தம் கொடுப்பார்.

‘பஷீர்’ நாராயணி அழைப்பாள். காதில் வாங்காதது போல இருப்பார்.

‘அய்யோ பஷீர், நான் இத்தனை அன்பாக அழைத்திருந்தால், தெய்வமே வந்திருக்கும்!’ என்பாள் நாராயணி.

ரோஜாச் செடியை அவளிடம் கொடுத்துவிட்டு, ‘நான் மலர் கொய்யச் செல்கிறேன்’ என்பார். ‘என் தலையில் வைக்கவா?’ நாராயணி கேட்பாள். ‘இதயத்தில் வைக்க !’ என்பார் பஷீர்.

பூக்களை இதயத்தில் வைப்பவர்களை இவ்வுலகு பைத்தியக்காரர்கள் என்கிறது. மலர்களை இறந்தவர்களின் கல்லறையில் வைக்கிறார்கள்.

பஷீரைப் போன்றோரால்தான் அதை ஆன்மாவின் மீது சூட முடிகிறது.

க.கா, அஞ்சலையின் இதயத்தில் ரோஜாவை வைக்கவில்லை. மாறாக ரோஜாச் செடியையே பதியன் போட்டான்.

கதை எழுதுவது, பைத்தியம் பிடித்த குரங்குகளுக்கு பேன் பார்ப்பது, அணில்கள் வளர்ப்பது, இதயத்தில் மலரை வைப்பது என பஷீருக்கு ஆயிரம் வேலைகள் தெரியும்.

கரிகாலனுக்கு 1001 வது வேலை தெரியும். இறந்தவர்களை எழுப்பும் வேலை. இன்று பஷீரின் நினைவு நாள்.

அவரை எழுப்பி, 'ஒரு செல்ஃபி எடுத்துக் கொள்வோமா?' என்றான்.

'இதற்காகவா தூங்கியவனை எழுப்புவாய்?' 'பசிக்கிறது' என்றார். எங்கள் தாத்தாவுக்கு யானை இருந்ததில்லை.

சுக்கு, வெள்ளை மிளகு, திப்பிலி கலந்து தமிழ் செய்த சூரணம் அருகிலிருந்தது. 'வைரசுக்கு நல்லது!' நீட்டினேன்.

'வைரசுக்குதானே நல்லது. பஷீருக்கு இல்லையே!' சிரித்தார்!

பூக்களை மலர்த்துவது !

சில நாட்களாகவே கவிதைகள் அதிகம் எழுத முடியவில்லை. ஆறு என்பது பொங்கிப் பிரவகிப்பது மட்டும் அல்ல. வெள்ளை மணற்பரப்பில் நிரப்பி வைத்திருக்கும் நிலவொளியின் மௌனமும்தான்.

'உங்களை உயிருள்ள கவிதையாக மாற்றிக் கொள்ளுங்கள்' என்ற மௌலானா ரூமியின் வாசகத்தைப் படித்தபின் அவரது சீடர்களுள் நானும் ஒருவனாகிப்போனேன்.

வார்த்தைகளால் தொடப்படாத

ஒரு வெற்றுப் பக்கமாக இருப்பதில்

சுகம் காண்கிறேன்.

என்னில் ரூமி பல பாத்திரங்களை வகிக்கிறார். கவிஞனாக, ஆன்மீக குருவாக, வாழ்வின் பொருள் கூறும் ஞானியாக, பிரபஞ்ச ரகசியங்களை விளக்கும் தத்துவவாதியாக ஆற்றுப்படுத்துபவர் ரூமி.

மெவ்லானா, மெவ்லானா, மெவ்லேவி, அல்லது மவ்லவி என்றால் 'எங்கள் எசமானர்' என்று பொருள். மௌலானா அடிமைத்தனம் ஒழிக்க வந்த எசமானர்.

ஆஃப்கானின் பால்க்கிலிருந்து (Balkh) துருக்கியின் கொன்யாவரை நீண்டது அவரது ஞானத்தேடல்.

மரபுவழி மத ஆசிரியராக தன் 35 வயதுவரை இருந்த ரூமி யிடம் மிகப்பெரும் தாக்கத்தை உருவாக்கியவர் ஷம்ஸ் தப்ரிஸி. ரூமியின் ஞானகுரு. அவர் ஒரு நாடோடி டெர்விஷ்.

ஏழ்மையின் மூலம் கடவுளை நெருங்க முயற்சி செய்த ஒரு முஸ்லீம். ஷம்ஸுடனான தொடர்பு ரூமியின் உலகம் மற்றும் வாழ்வு குறித்த பார்வையை மாற்றியிருந்தது.

திடீரென ஏன் ரூமி குறித்து பேசிக்கொண்டிருக்கிறேன்? தோன்றலாம்.

ரூமி போன்றவர்கள், தாங்கள் இந்த உலகுக்கு கொண்டு வந்த, ஸ்தூல உடலை எடுத்துக்கொண்டு எங்கும் சென்றுவிடவில்லை. எல்லாவற்றையும் எப்படி பார்ப்பது? எனத் தம் விழிகளை மானுடகுலத்துக்கு விட்டுச் செல்கிறார்கள். உலகம் முழுமையும் எப்படி நேசிப்பது? என மனிதர் பயில அவர்களுக்குத் தம் இதயத்தை விட்டுச் செல்கிறார்கள். எந்தப் பாதையில் நாம் நடப்பது? என்பதற்கு நல்வழியில் தோய்ந்த தம் பாதங்களை நம் பொருட்டு விட்டுச் செல்கிறார்கள்.

அப்படி ரூமியில் தோய்ந்த ஒரு நண்பர் ரமீஸ் பிலாலி. திருச்சி ஜமால் முகமது கல்லூரியில் உதவிப் பேராசிரியராகப் பணியாற்றுகிறார்.

What you seek is seeking you என்பார் ரூமி. நான் எதைத் தேடிக்கொண்டிருந்தேனோ அது பேரா, ரமீஸ் வழி என்னைத் தேடி வந்தது.

ஆம், நண்பர் ரமீஸ் பிலாஜி தான் மொழி பெயர்த்திருந்த ரூமியின் 'ரகசிய ரோஜா' மற்றும் அவரது படைப்பான '..என்றார் ஸூஃபி' இரண்டு நூல்களையும் அனுப்பியிருந்தார்.

மாலைத் தோட்டத்தில், என் காஃபி மேசையில் சூஃபிகளோடு ஒரு சூஃபியாக ரூமி அமர்ந்திருந்தார்.

உன் இதயத்தில் ஒரு மெழுகுவர்த்தி உள்ளது. அது எரியத் தயாராக உள்ளது. உன் ஆன்மாவில் ஒரு வெற்றிடம் உள்ளது. அது நிரம்பத் தயாராக உள்ளது.

நீ அதை உணர்கிறாயா? இல்லையா? ரூமிக்கு அருகில் அமர்ந்திருக்கும் ரமீஸ் பிலாலி கேட்டார்.

உலகம் ஒரு தோட்டம். அந்தத் தோட்டத்திற்கு நம் மனதைத் தவிர்த்து எல்லை இல்லை! என் மாலைத் தோட்டத்தில் ஞானத்தின் ரோஜாக்கள்.

ரகசிய ரோஜா நூல் என்னை இன்னும் ரூமியை நோக்கி நெருக்கியது. ரூமியின் கவிதைகளோடு அவரது வாழ்வின் சிறு

சிறு துளிகளையும் என் கோப்பையில் நிரப்பியது.

குறிப்பாக ரூமியின் குருவான ஷம்ஸ் குறித்து அறிந்து கொள்ள இந்நூலில் உள்ள கட்டுரை எனக்கு வழி செய்தது.

ரூமியின் கவிதைகள் ஒவ்வொன்றுக்கும் கீழ் பிலாலி கொடுத்திருக்கும் குறிப்புகள் இந்த நூலைக் கனம் செய்கின்றன.

ஒரு கவிதைக்குங் கீழ் இப்படி ஒரு குறிப்பு. 'காதல் என்பது இறைவன் இல்லாத அனைத்தையும் எரிக்கும் நெருப்பு' எனும் கபீருர் ரிஃபாயி கூற்றை ஆசிரியர் குறிப்பிடுகிறார்.

திகைத்துப்போனேன்.

உங்கள் புத்திசாலித்தனத்தை விற்று திகைப்பை வாங்குங்கள்! என்றவர் ரூமி.

புத்திசாலித்தனம் என்பது அதிகாரம் கட்டமைத்த அறிவின் நிலை. திகைப்புதான் இந்த அறிவில் உடைப்பை நிகழ்த்துகிறது. விடுதலை ஒளியை ஏற்றுகிறது... என்றார் சூஃபி நூல் ரமீஸும் ஒரு ஸூஃபிதான் என்பதைக் கட்டியம் கூறுவது.

நல்ல மழை. தெருவில் சிறுவன் ஓடுகிறான். ஏன் பையன் ஓடுகிறான்? சூஃபி கேட்கிறார். நனைந்துவிடக் கூடாதே! என்கிறார்கள். ஆனால் நனைந்து கொண்டுதானே ஓடுகிறான். புன்னகைத்தார் சூஃபி.

'மரத்தை ஏன் வெட்டுகிறாய்?'

சித்தன் கேட்டான்.

'வீடு கட்ட'

பதில் சொன்னான் குடியானவன்.

'மரமே வீடுதானே!'

என்றான் சித்தன் .

இது நான் புலன் வேட்டையில் எழுதியது. சித்தன், சூஃபி மரபு எல்லாம் ஒரே சிந்தனை மரபின் இரண்டு பக்கங்கள்.

கலை ஒரு புனிதமான பொய்.

அல்லாமா இக்பால் கூற்று.

அதன் புனிதம் உன்னைச் சத்தியத்திடம் இட்டுச் செல்லும்! என்கிறார் நம் பிலால் சூஃபி.

ஒருவர் எப்போது சூஃபியாகிறார்?

அவர் தூக்கம் விழிப்பாகவும்

விழிப்பு தூக்கமாகவும் மாற வேண்டும்.

தூக்கத்திலும் பிரக்ஞை, தூக்கத்தைப்போல விழிப்பிலும் நிம்மதி.

இந்நிலையை எட்டும்போது ஸூபி நிலை எய்யலாம் என்கிறார் நம் பிலால் சூஃபி.

பிலால் எழுதுகிறார். கையால் அல்ல. ஆன்மாவால். ஏனென்றால் அவர் புத்தகப் பூச்சி அல்ல. பட்டாம் பூச்சி.

நீங்களும் பட்டாம் பூச்சியாக மாறினால் ரூமியில், சூஃபியில் தேனருந்தலாம்.

பிறகு நீங்கள் ரூமி கூறுகிறபடி குரலை உயர்த்த மாட்டீர்கள், வார்த்தையை உயர்த்துவீர்கள்.

ஆம், மழைதான்

பூக்களை வளர்க்கிறது.

இடி அல்ல!

தந்தைமை உணர்தல்!

நல்ல தோழமைகளை முகநூல் எனக்கு அளித்திருக்கிறது. அவ்வகையில், முகநூலில், மனம் கவர்ந்த தமிழ் திரைக்கலைஞர் ராஜ்கிரண் அவர்களின் நட்பும் முக்கியமானது.

ராசாவின் மனசிலே, எல்லாமே என் ராசாதான், அரண்மனைக் கிளி, பாண்டவர் பூமி போன்ற படங்களில் அவரது நடிப்பைக் கண்டு பிரம்மித்திருக்கிறேன்.

இன்று காந்தாரா இந்த அளவு வெற்றிபெற்றதற்கு அதன் nativity, myth போன்றவை முக்கியமான காரணம். மண்ணின் மைந்தரிடையே காணப்படும் மாந்த நேயம், ரௌத்ரம் போன்ற elements காந்தாரா வெற்றிக்குப் பின்னாலிருப்பவை.

இப்படி, கீழக்கரையின் புழுதிநெடியையும், கரிசல் வெப்பத்தையும், வங்கக்கடலின் உப்புக்காற்றையும் மேனியில் கொண்ட கலைஞர் ராஜ்கிரண்.

அநியாயத்துக்கு எதிராகப் பொங்கும் கோபத்தில், உறவுகள் மீதான பாசத்தில், ராஜ்கிரணிடம் நான் எங்கள் அண்ணன்களை, பெரியப்பாக்களை கண்டிருக்கிறேன்.

முக்கியமாக கறி சாப்பிடும் அசல் தமிழ் அடையாளத்துக்கு தோற்றம் கொடுத்தவர் ராஜ்கிரண்.

சில தவறான படத் தேர்வுகளால், அவரது சினிமா கேரியரில் இடையில் சிறிய அளவு தொய்வு. இந்தியில் அமிதாப்போல, வயதுக்கேற்ற பாத்திரங்களை தேர்வு செய்து, தனது இரண்டாவது இன்னிங்ஸை, பவர் பாண்டி, மஞ்சப்பை, சண்டைக்கோழி 2, போன்ற படங்கள் மூலம் வெற்றிகரமாக்கியவர்.

அவர் நடிகர் மட்டுமல்லர். இயக்குநரும்கூட! எழுத்தின் ருசியறிந்தவர்.

முகநூலில் நான் எழுதுவதைத் தொடர்ந்து வாசிப்பவர். இப்படி, நிறைய பேர் என்னை வாசிக்கிறார்கள். இவர்களில் பெரும்பாலோர், வாசிப்பதை காட்டிக் கொள்வதில்லை.

ராஜ்கிரண் சார் தன்னம்பிக்கை மிகுந்த கலைஞர். அவர் படிக்கும் எனது ஒவ்வொரு பதிவுக்கும் விருப்பக்குறி இடுவார். பாராட்டிப் பின்னூட்டமிடுவார்.

நேற்றிரவு மெசன்ஞரில் ராஜ்கிரண் எனது தொடர்பு எண் கேட்டிருந்தார். இயலும்போது பேசுவதாகக் கூறினார்.

கொடுத்திருந்தேன்.

சில நிமிடங்களிலேயே அழைத்தார்.

பாண்டவர் பூமி, மஞ்சப்பை போன்ற படங்களில் கேட்ட அதே குரல்.

கரகரப்பும் கம்பீரமும் வாஞ்சையும் கரிசனமும் நிறைந்த குரல்.

மழையில் நனைந்து ஈரமாகியிருந்த மனசை wiper போல ஒற்றியெடுத்த குரல்.

என் தந்தையின் அண்மையை, ஸ்பரிசத்தை தந்த குரல்.

குடும்பம் குறித்து வெளிப்படையாக எழுதுவதால், எங்களை முழுமையாக அறிந்து வைத்திருந்தார். அனைவரையும் அன்போடு விசாரித்தார்.

சென்னை வரும்போது அழையுங்கள். சந்திப்போம் தம்பி! என்றார்.

எனக்கு அழத்தோன்றினால், நான் கேட்க ஆசைப்படும் பாடல்களில் ராஜ்கிரண் சார் இருக்கிறார். நேற்றும் அப்படிதான்.

அவர் பேசி முடித்ததும் ,

பாண்டவர் பூமியில்

'அவரவர் வாழ்க்கையில்

ஆயிரம் ஆயிரம் மாற்றங்கள்' கேட்டேன்.

'அன்னை ஊட்டிய பிடி சோற்றில்

ஆயுள் முழுக்க பசி மறந்தோம்

ஒற்றைக் கண்ணில் அடி பட்டால்

பத்துக் கண்ணிலும் வலி கண்டோம்'

இழந்த நாட்களுக்காய்
இதயம் ஏங்கி தவித்தது.
'நிலவுகள் சேர்ந்து
பூமியில் வாழ்ந்ததே
அது ஒரு பொற்காலம்'
பாடல் முடிகிறது.

சில இரவுகள் மறக்கமுடியாத வெளிச்சத்தையும் அன்பையும் கொண்டவை.

தந்தைமையை அனுபவிக்க முடிந்த நேற்றைய இரவுக்கு ஒளி அதிகம்!

உள் பார்வை குருடாகலாமா?

நமச்சிவாய வாழ்க! நாதன் தாள் வாழ்க!

இமைப்பொழுதும் என் நெஞ்சில் நீங்காதான் தாள் வாழ்க!'

இறையின் திருநாமம் சொல்லி வாழ்த்துவதை ஒரு பிரார்த்தனையாக மாற்றுகிறார் மாணிக்கவாசகர்.

கடவுள் ஒருவர் என்றாலும், அவருக்கு எத்தனை பெயர்வைத்து அழைத்தாலும் பக்தர்களுக்கு, சலிப்பதே இல்லை.

கடவுளுக்கு பெயர் அவசியமா?

மோசே கடவுளிடம் சென்று, "நான் இஸ்ரவேலர்களிடம் சென்று, 'உங்கள் மூதாதையரின் கடவுள் என்னை உங்களிடம் அனுப்பினார்' என்று சொன்னால், அவர்கள் என்னிடம், 'அவருடைய பெயர் என்ன?' என்று கேட்டால் என் சொல்வேன்?" என்கிறார்.

"நான் எப்படி இருக்கிறேனோ அதுதான்!" என்கிறார் கடவுள்.

ஆனாலும் மோசே இஸ்ரவேல் மக்களிடம், ' ஆபிரகாமின் கடவுள், ஈசாக்கின் கடவுள், யாக்கோபின் கடவுளாகிய ஆண்டவர் என்னை உங்களிடம் அனுப்பினார்' என்று சொல்கிறார்.

இதை எல்.எம்.சி யில், ஒன்பதாம் வகுப்பு படிக்கும்போது ஆதியாகமத்தில் படித்ததாக ஞாபகம்.

முகநூல்வழி சமீபத்தில் நட்பு பூண்ட, இனிய பாடகர் இறையன்பன் குத்தூஸ் (Iraiyanban Khuddhus) அவர்கள், தான் பாடிய சில பாடல்களை எனக்கு மெஸன்ஜரில் அனுப்பியிருந்தார்.

அதில் சில பாடல்கள் திமுகவையும், அதன் தலைவர் ஸ்டாலினையும் புகழக்கூடியவை. அவற்றில் ஓரிரு வரிகள் கேட்டேன்.

நிச்சயம் இவை திமுக தொண்டர்களுக்கு உற்சாகத்தை அளிக்கக் கூடியவை.

இப்படி, அவரது பாடல்கள் ஒவ்வொன்றிலும் கொஞ்சம் கொஞ்சம் கேட்டபடி வந்தவன், ‘அண்ணல் நபி புகழை அன்போடு பாடுங்கள்’ எனும் அவரது பாடல் அசைக்கவே முழுவதும் கேட்டேன்.

அடர்த்தியான குரல். பக்தி ரசம் ததும்பும் குரல். இறைவனையும் அவனது துதரையும் போற்றித்துதிக்கத் தகுந்த பாந்தமான குரல்.

ஒரு கட்டத்தில் இவர் குரல் கேட்டு ‘நபிகள் பெருமான் எழுந்து வந்துவிடுவாரோ?’ என்றுகூட தோன்றியது.

கடவுளின் பெயர்களை ஜெபம் செய்வது, ஓதுவது போன்ற நடைமுறைகள் எல்லா மதத்திலும் இருக்கிறது.

108 அம்மன் பெயர்களைச் சொல்லும் பாடல்களைக் கேட்டிருக்கிறோம்.

குறிஞ்சிப் பாட்டில் கபிலர் மணிச்சிகை, கூவிளம், வேரல், வகுளம், இப்படி 99 மலர்களைத் தொடுத்திருப்பார்.

அப்படிதான் குத்தூஸும், நபிகள் பெருமானின் பல்வேறு திருநாமங்களை அதற்குண்டான பொருட்களோடு பாடுகிறார்.

அநேகமாக ஃப்ரெஞ்சாக இருக்கலாம். அல்லாவின் பெயர்களை வரிசையாகக் கூறி ஒரு பாடகர் பாடுவதைக் கேட்டிருக்கிறேன். அல்லாவின் 99 திருநாமங்களை வாய்மணக்க கூறுபவர்கள் சொர்கத்துக்குச் செல்வார்கள்! எனும் நம்பிக்கை இசுலாமியர்களிடம் இருக்கிறது.

அர் ரஹ்மான் என்றால் அளவற்ற அருளாளன். அர் ரஹீம் என்றால் நிகரற்ற அன்புடையோன்.

அல் மலிக் என்றால் பேரரசன்.

அல் குத்தூஸ் என்றால் மிகப் பரிசுத்தமானவன்.

அஸ்ஸலாம் என்றால் சாந்தி மயமானவன்.

இப்படித் தொடங்கி...

அல் பதீஉ (முன்மாதிரியின்றி படைப்பவன்), அல் பாகீ (நிலையானவன்), அல் வாரித் (அனந்தரம் பெறுவோன்),

அர் ரஷீத் (நேர்வழி காட்டுவோன்)

என வளரும் அவனின் 99 வது திருநாமம்

அஸ் ஸபூர் (பொறுமையுள்ளவன்).

அந்தப் பாடல் உள்ளத்தில் எத்தகைய உணர்வெழுச்சியை ஏற்படுத்தியதோ, அதற்கு சற்றும் குறையாத பரவசத்தை தருகிறது, இறையன்பன் குத்தூஸின் 'சொன்னாலே வாய் மணக்கும் திருநாமம்... சொல்லிச் சொல்லி மகிழ்வோமே தினம்தோறும்' பாடல்.

இந்தப் பாடலில் கூறப்பட்டிருக்கும் நபிகளின் வெவ்வேறு பெயர்கள்,

அவர் மீதான மதிப்பை இன்னும் அதிகரிக்கச் செய்தன.

ரவூஃப் — கருணையாளர்,

சாதிக் — நேர்மையாளர்,

உஸ்வத்துல்ஹஸனா —

நன்னடத்தையாளர்,

ஷாஹீத் — சாட்சியாளர்,

தாஇ — இறை அழைப்பாளர்,

ஹபீப் — அன்பானவர்,

முதக்கிர் — நினைவூட்டுபவர்,

ஃபாதிஹ் — ஆரம்பிப்பவர்,

ஷாபி — பரிந்துபேசுபவர்,

முஸாபா — சிபாரிசு செய்பவர்,

முஹ்ஜி — நலம் பேணுபவர்.

கடவுளின் தூதருக்கு இத்தனைச் சிறப்புப் பெயர்களா?

இப்பாடலை எழுதிய கவிஞர் நாகூர் காதர் ஒலி மீது மதிப்பெழுகிறது.

எஸ்.ஹெச். அப்துல்காதர் இசையமைத்திருக்கிறார். பாடகர்களின் காதலன் நான். பாடும் நண்பர்கள் மீது அபரிமிதமான அன்பு கொண்டவன்.

ஒரு பாடல் கற்பிக்கவும் செய்யும்போது, அது இன்பத்தோடு, அறிவையும் விரிவு செய்கிறது.

டால்ஸ்டாய் ஒரு கிறித்துவர்.

ஆனாலும் அவர், முஹம்மது குறித்து கூறும்போது, 'நபிகள் பெருமான் உயர்ந்து நிற்கிறார். அவர் கடவுளை ஒரு மனிதனாகக் கருதுவதில்லை, கடவுளுக்கு சமமாகத் தன்னை ஒருபோதும் நினைத்ததில்லை. முஸ்லிம்கள் கடவுளைத் தவிர வேறு எதையும் வணங்குவதில்லை, முஹம்மது அவருடைய தூதர். இதில் மர்மமும் ரகசியமும் இல்லை!' என்கிறார்.

இதே, முகமது பெருமானைப் பேசும்போது, ஜலாலுதீன் ரூமி,

'ஒரு சிற்பியைப் போல, தேவைப்பட்டால், கல்லில் இருந்து ஒரு நண்பரை செதுக்குங்கள். உங்கள் உள் பார்வை குருடானது என்பதை உணர்ந்து உங்கள் ஒவ்வொருவரிடமிருந்தும் பொக்கிஷத்தைக் காண முயலுங்கள்!' என்கிறார். குத்தூஸிடம் இன்று ஒரு பொக்கிஷத்தைக் கண்டேன்!

பாகிஸ்தான் தேசியகவி, இக்பால் பிறந்தார்!

ஹாலிவுட் சினிமாக்கள் எப்படி ரஷ்யாவை, சீனாவை மனிதகுல விரோதிகளாக, முரடர்களாக, முட்டாள்களாக சித்தரிக்கின்றனவோ, அப்படிதான் இந்திய/தமிழ் சினிமாக்கள் பாகிஸ்தானைச் சித்தரித்து இருக்கின்றன.

பாகிஸ்தான் என்றாலே, இந்தியர்களிடம் தப்பெண்ணங்களும், தாழ்வெண்ணங்களுமே, நிரம்பியிருக்கின்றன.

இத்தனைக்கும் 1947 வரை இந்தியாவோடு இருந்த மண் பாகிஸ்தான். நமது சகோதரர்கள் பாகிஸ்தானியர்.

இந்தியாவைப்போலவே பல்விதமான பண்பாட்டு வளம் கொண்ட தேசம் பாகிஸ்தான். பாக் என்றால் தூய, உண்மை, புனிதம் என பொருள்.

ஸ்தான் என்றால் இடம்.

மிக இளம் வயதில் நோபல் பரிசு வென்ற மலாலா ஒரு பாகிஸ்தானிய மாணவி. உலகின் இரண்டாவது சிகரமான காட்வின் ஆஸ்டின் (k2) பாகிஸ்தானில்தான் உள்ளது.

உலகின் மிகப்பெரும் ஆழ்கடல் துறைமுகம் பாகிஸ்தானில்தான் இருக்கிறது. உலகில் உதைக்கப்படும் கால்பந்துகளில் 40% பாகிஸ்தான் சியால்கோட்டில் உற்பத்தி செய்யப்படுகிறது.

ஐ.நா கூற்றுப்படி, உலகின் மிகப்பெரிய நீர்ப்பாசன அமைப்பு பாகிஸ்தானில் உள்ளது. உலகின் மிக உயரமான காரகோரம் சாலை பாகிஸ்தானை சீனாவோடு இணைக்கிறது.

நேஷனல் வங்கிக்கு சொந்தமான உலகின் உயரமான (15,397 அடி) ஏடிஎம் பாகிஸ்தானின் குஞ்சேரப் கணவாய் அருகே அமைந்துள்ளது.

இந்த அழகுகளையெல்லாம், எந்த இந்திய ஊடகங்களும் பேசியதில்லை. இன்று ஏன் பாகிஸ்தானைப் பேசவேண்டும்?

இன்று பாகிஸ்தானின் தேசியகவி முஹம்மது இக்பால் பிறந்தநாள். இவரது பிறந்த தினத்தைப் பாகிஸ்தான் அரசு விடுமுறை தினமாக அனுசரிக்கிறது.

கீழ்த்திசை உலகுக்களித்த காத்திரமான கவிஞர் இக்பால். ஆச்சரியமாக இருக்கும். இக்பால் ஒரு இசுலாமியர். இவரது முன்னோர்களோ காஷ்மீர பிராமணர்கள். இசுலாத்தைத் தழுவிய வம்சாவளி இக்பாலுடையது.

தன் முன்னோர்கள் குறித்து கூறும்போது,‘அவர்கள் கடவுளைத் தேடித் தங்கள் வாழ்நாளைக் கழித்தார்கள். நான் மனிதனைத் தேடி என் வாழ்நாளைக் கழிக்கிறேன்!’ என்றார் இக்பால். ஒரு கவிஞனை நேசிக்க எனக்கு மொழியோ மதமோ தேசமோ, எதுவும் தடையாக இருப்பதில்லை.

கவிஞனின் இயல்பு குறித்து இக்பால் பேசும்போது, ‘அனைத்தையும் தேடுதல், ஆசையை உருவாக்குதல் மற்றும் ஊட்டுதல்; கவிஞர் இயல்பு. கவிஞர் மக்களின் நெஞ்சில் உள்ள இதயம் போன்றவர், கவிஞர் இல்லாத மக்கள் வெறும் களிமண் குவியல். கவிதையின் நோக்கம் மனிதர்களை நாகரீகமாக்குவது என்றால், கவிதையும் தீர்க்கதரிசனத்தின் வாரிசு!’ என்கிறார்.

நமக்கு தாகூர் எப்படியோ, பாரதியார் எப்படியோ, குஞ்ஞுண்ணி எப்படியோ, பாரதிதாசன் எப்படியோ அப்படிதான் இக்பாலும் நெருக்கமாகிறார்.

என்னைப்போலவே ஜலாலுதீன் ரூமியை விரும்பியவர் இக்பால்.

அவரது தத்துவத்தையும் கவிதைகளையும் நேசித்தவர்.

‘நீ விடியல் என்றால்,

என் கண்ணீர் உன் பனி,

நான் பயணியின் இரவு என்றால்,

நீ என் அந்தி’

எனத் தன் கவிதைகளில்

ரூமியின் அழகியலை நெருங்கியவர்.

இக்பால் கவிஞர் மட்டுமல்லர். தத்துவஞானி, வழக்கறிஞர், மெய்யியலாளர், கல்வியாளர், மற்றும் அரசியல்வாதி. உருது மற்றும் பாரசீக மொழிகளில் படைப்புகளை எழுதியவர். பாகிஸ்தானிய தேசியத்தை கட்டமைப்பதில் இவரது கவிதைகள், முக்கியமான அசைவுகளை உருவாக்கியிருந்தது. வரலாறு இல்லாத

வெற்றிடத்தில் மனிதர்களை நிறுத்த ஏகாதிபத்தியம் விரும்புகிறது. கவிதைகளூடாக வரலாற்றுணர்வை இளைஞர்களிடம் ஏற்படுத்தினார் இக்பால்.

'வரலாறு,
உன் சாதனைகளுக்கான
பாதையை அமைத்துத் தருகின்றது.
அது வாளைப்போன்று
உன்னைக் கூர்மையாக்குகின்றது.
பின்னர் அது உன்னை
உலகத்துடன் போராட வைக்கின்றது'

என்றவர்..

'நித்திய வாழ்க்கை
நீ வாழ விரும்பின்,
உன் இறந்த காலத்தை
நிகழ் காலத்திலிருந்தும்
எதிர்காலத்திலிருந்தும்
துண்டித்து விடாதே!'

என்று எச்சரிக்கிறார்.

இன்று இசுலாமிய இளைஞர்கள் எல்லோரையும் தீவிரவாதிகளாகப் பார்க்கும் வழக்கம் உருவாகி இருக்கிறது. உண்மையில் இசுலாம் இளைஞர்கள் வீரமானவர்கள். தவிர தீவிரவாதிகளில்லை. கல்லூரி நாட்களில் வாஸிம்அக்ரம் பந்து வீசுவதை கவனித்திருக்கிறேன். ஸ்ரீகாந்த் கிருஷ்ணமாச்சாரி, போன்றோருக்கு சிம்மசொப்பனமாக இருந்தார்.

'எந்த இனத்தில் இளைஞர்களின் இதயம் எஃகைப் போல
உறுதியாக இருக்கிறதோ,
அந்த இனத்துக்கு வாள் தேவையில்லை'

என்றவர் இக்பால்.

ஆம், இசுமியர்களுக்கு வாளோ வெடிகுண்டோ தேவையில்லை!

'இரவின் பயங்கர
இருளிலே களைப்படைந்த
என் ஒட்டகப் படையை
வழி நடத்திச் செல்வேன்
என் மூச்சு தீச்சுடரைக் கொளுத்தும்
என் பெருமூச்சு தீப்பொறியைக் கக்கும்'
என்கிறார் இக்பால்.

தீச்சுடரை எழுப்பத் தேவை உறுதியான மனிதரின் மூச்சு போதும். இதைதான் மஹாத்மா 'அஹிம்சை' என்கிறார்.

நம் பாரதிபோலவே.. 'மரணம் வரும் வேளை என் வதனம் மலர்ச்சியுற்றிருக்கும்!' என தைரியம் பழக்கிய இக்பால் தன் 65 வயதில் (ஏப்ரல் 21, 1938) லாகூரில் மறைந்தார்.

கவிஞன் எனத் தன்னை அழைப்பதை, அவர் விரும்பினாரில்லை.

தன்னை பக்கீர் (ஏழை) என்றே அடையாளப்படுத்திக் கொண்டார்.

தூங்கும் மனதை அசைத்து எழுப்பும் கவிதைகளை எழுதியவர்.

அலெக்சாண்டர் புஷ்கின், மாயகவோஸ்கி, மாயா ஏஞ்செல்லோ, பாப்லோ நெருடோ போன்றோரை, இனம், மொழி, தேசம் கடந்து நேசிக்கிறோம்.

இவர்களிடம் நாம் நேசிப்பது அவர்தம் விடுதலையான மனநிலை!

'விட்டு விடுதலையான' யாருக்கும்,
கவி இக்பாலைக் கொண்டாட,
மனத்தடை இருக்கப் போவதில்லை!

முதிர்கன்னிகளின் துயர்!

2050 இல் உலகில் அதிகம் இசுலாமியர்கள் வாழும் நாடாக இந்தியா இருக்கும் என்கிறார்கள்.

பன்முகம் கொண்ட இந்தியாவில் வாழ்வதென்பது ஒரு பேறு.

நாம் பன்முகத் தன்மையை நேசிக்கிறோம் என்பது வெறும் பெயரளவில் இருந்துவிடக்கூடாது.

இந்தியாவை அதன் பன்மைத்துவ கலாச்சாரத்தோடு புரிந்து கொள்ள வேண்டும். அதற்கு கலை, இலக்கியத்தை தவிர வேறு சிறப்பான வழிகள் இல்லை.

வெறும் சாகசக் கதைகள், தம் நுகர்வோரை மந்தமாக்கி வைத்திருக்கின்றன. அவை, இன்னொரு மதத்தினரின், மாநிலத்துவரின் வாழ்வை, பண்பாட்டை, அவர்களது சிரமங்களை, புரிந்து கொள்வதில் மனத் தடையை உருவாக்குகிறது.

நல்ல கலையை துய்ப்பது என்பது ஒருவித பயிற்சி. அதற்கு சிறிது உழைப்பும் தேவைபடுகிறது.

வேற்று மொழி சினிமாவோடு பயணிக்கும் நமக்கு, அது எந்த நிலத்தின் கதையை, பண்பாட்டை சொல்கிறது? போன்ற வரலாற்று அறிதல்கள் தேவையாக இருக்கிறது.

கலை விட்டுச் செல்கிற மௌனங்களிடையேயும், இடைவெளிகளிடையேயும் நாம் வினைபுரிய வேண்டியிருக்கிறது.

ஆக, கலையைப் புரிந்து கொள்வதென்பது ஒரு சமூகத்தை, ஒரு இனக்குழுவை,

ஒரு நிலவெளியை, ஒரு பருவத்தை, ஒரு சூழலைப் புரிந்து கொள்வதாகும்.

சினிமா என்பது சூப்பர் ஸ்டார்களின் துப்பாக்கிகளிலோ, அவர்களது வேர்வைச் சுரப்பிகள் இல்லாத காதலிகளிடமோ பிறப்பதில்லை.

அது மனிதர்களிடமிருந்தும் அவர்களது கனவுகளிலிருந்தும் அவர்களது தோல்விகளிலிருந்தும் எழுவது.

இந்த அடிப்படையில்தான் நம்மோடு வாழும் இசுலாமிய வாழ்க்கை முறையை சினிமா வழி அறிந்து கொள்வதும்.

மைய சினிமா இசுலாமியர்களை வெறும் தீவிரவாதிகளாக ஒற்றைப் பரிமாணத்தில் காட்டுகிறது.

அது எல்லா மதங்களிலும், எல்லா அரசியல் பிரிவுகளிலும் தென்படுகிற சிறிய இழை. ஆனால் இந்திய சினிமாக்கள் அந்த ஒற்றை இழையை பூதாகரமாக்குகிறது.

உண்மையில் இசுலாமியர்களின் வாழ்க்கை இந்தியாவில் எப்படி இருக்கிறது? குஜராத்தில் இசுலாமியர்களுக்கு நிகழ்ந்த கொடுமைகளை நமது சினிமாக்கள் ஏன் சொல்ல மறுக்கின்றன?

கலையின் மௌனமே, இந்தியாவின் பண்பாட்டில் மாபெரும் பின்னடைவை உருவாக்கியிருக்கிறது.

ஒப்பீட்டளவில் வட இந்தியாவைவிட, தென்னிந்தியாவில் முஸ்லீம்களின் எண்ணிக்கை குறைவு.

தென்னிந்தியாவில் குறிப்பாக கேரளாவில் ஓரளவு முஸ்லீம்கள் அதிகமாக வாழ்கிறார்கள்.

அதேவேளை முஸ்லீம்களின் வாழ்வை திரையாக்குவதென்பது இந்தி சினிமாவைவிடவும், மராத்தி சினிமாவை விடவும், மலையாளத்தில் அதிகம்.

கேரளாவில் 90 லட்சம் இசுலாமியர்கள் வாழ்கிறார்கள். தமிழகத்தில் இதில் பாதியளவு இசுலாமிய மக்கள் தொகை இருக்கலாம். ஆனால் மலையாளத்தில் உருவானதில் பாதியளவு, தமிழகத்தில் இசுலாமிய சமூகம் சார்ந்த சினிமா கலைஞர்கள், கதைகள் தோன்றவில்லை.

நவீன தமிழ் இசுலாம் சமூகம் வாகாபியிசத்தால் பிளவுண்டு கிடப்பதும் இதற்கொரு காரணம்.

இன்று தமிழகத்தில் தலித் சினிமா விழிப்புற்ற அளவு இசுலாம் சினிமா வளரவில்லை.

சினாமாவை ஹராம் என்று இசுலாமியர்கள் எண்ணுவதும் காரணம். தமிழகத்தில் வணக்கம் சொல்வதுகூட 'ஷிர்க்'காக கருதப்படுகிறது.

இத்தகைய தூய்மைவாதத்திலிருந்து தமிழ் இசுலாம் சமூகம் விலகி, கேரளாவைப்போல் முன்னேற வேண்டுமென்பது என்னுடைய தனிப்பட்ட அவா. பொதுவாக, இந்தியர்கள்/ தமிழர்களிடம் இசுலாமிய சமூகமென்றாலே வசதியான சமூகம்! என்கிற தவறான கருத்து விரவிக்கிடக்கிறது.

இது யதார்த்தத்துக்கு முரணானது. இந்த உண்மையை முகத்தில் அறைவதுபோல காட்டியிருக்கிற மலையாள சினிமா, 'பரீத் பண்டாரி' (Pareeth Pandari).

கஃபூர் y இளையாஸ் இயக்கியிருக்கும் படம். இதை உலக சினிமாக்களுக்கு மலையாளிகளின் கொடையென்றே செல்லலாம்.

பரீத் பிரியாணி செய்யும் சமையல் கலைஞன் (பண்டாரி). இவரது மனைவி ஹவ்வா பீவி குழந்தைகளை குளிப்பாட்டுவது, போன்ற பணிகள் செய்யும் கிராமத்து தாதிப்பெண்.

இவர்களுக்கு கல்யாண வயதைக் கடந்த மூன்று மகள்கள். இரண்டு பெண்கள் அழகு குறைவானவர்கள். இளையவள் சற்று அழகாக இருக்கிறாள்.

வயதானது, அழகின்மை, வறுமை, வரதட்சணை காரணங்களால், பூக்காமல் காய்க்காமல் முதிர்கன்னிகளாகும், இவர்கள் நிலைகண்டு, பரீத் பண்டாரி, ஹவ்வா பீவியின் கண்களில் ரத்தம் வழிகிறது.

பரீத் பண்டாரியாக கலாபவன் ஷாஜோனும், அவரது மனைவி பீவியாக சஜீதா மாடத்திலும் நம் இதயத்தை பிசைகிறார்கள்.

ஒவ்வொரு திருமண ஏற்பாடும் தோல்வியில் முடிகிற நிலை. தொடர்ந்து இக் குடும்பம் தங்களைத் தாங்களே தேற்றிக் கொள்கிறது.

பக்கத்து வீட்டில் இவர்களைவிட இளம்வயதுப் பெண். முழுகாமல் இருப்பாள். அவளது கணவனோடு ரொமான்ஸ் பண்ணும் காட்சிகளை, இந்த மூன்று சகோதரிகளும் சன்னல் வழியாகப் பார்ப்பார்கள்.

இளையவள் வயிற்றில் துணியை சுருட்டி வைத்து, பிள்ளைத் தாச்சிபோல் நடந்து பார்ப்பாள். நடுவில் உள்ளவள், கணவனைப்போல் பாவித்து அவளைக் கொஞ்சுவாள்.

அழுகை முட்டிக் கொண்டு வரும் நிசங்கள் இவை. இத்தனை இன்னல்களிடையே இவர்களுக்கு ஆதரவாக, ஒரு இந்து மதத்தைச் சேர்ந்த பெட்டிக்கடைக்காரர், சில கிறித்துவ அனுதாபிகள் இருக்கவே செய்கிறார்கள். ஒரு காயல் நிலத்தில் இந்தியா ஒளிர்கிறது.

ஊருக்கே பிரியாணி விருந்து சமைக்கும் பரீத்தால் தன் மகள் கல்யாணத்துக்கு சமைக்க முடியவில்லை. வறுமையை பாசத்தால் வெல்லும் இந்தக் குடும்பத்தில், மந்திரவாதிபோல் வரும் தங்கல்பாபுவால் எதிர்பாராத திருப்பம் ஏற்படுகிறது.

பரீத்தின் கதை தூர நகரங்களில் வாழும் இசுலாமிய சமூகத்தில் பரவுகிறது. நபிகள் பெருமான் தன்னைவிட 15 வயதுகள் மூத்த கதீஜா பெருமாட்டியாரை மணந்தார். பரீத் குடும்பத்துக்கு உதவ யாரும் இல்லையா? ஹாஜியார் கேட்கிறார்.

ஓர் இளைஞன் முன்வருகிறான்.

அதற்குள் பரீத் இல்லத்தில் எதிர்பாராத இடி விழுகிறது. அவர்களது இளைய மகளின் பிணம் நடுவீட்டிலிருக்கிறது. மகளின் இறுதி நிகழ்ச்சிக்கு பிரியாணி செய்வது, மகளுக்கு மருதாணி அறைப்பது என நடிப்பில் அதகளம் செய்கிறார் கலாபவன் ஷாஜோன்.

சஜீதா மாடத்தில் பக்கத்து வீட்டுக் குழந்தையை, தூளியில் கிடத்தி,

‘ஹஸ்பி ரபீ ஜல்லல்லா!’,

‘தாலோலம் தாலோலம்’

என தாலாட்டு பாடுகிறார்.

(இசை நம்மூர், ஜேம்ஸ் வசந்த். மனிதர் உருக்குகிறார்)

நள்ளிரவு. ஷாஜோன், மாடத்தில், இவர்களை நீங்கி, உறக்கத்தின் கதவுகளைத் திறக்க வெகுநேரம் சிரமப்பட்டேன்.

கதை வளர்ந்த இரவுகள்!

‘ரமலான்’வரை நமது பன்முகத்தன்மையைப் பேணுகிற வகையில் இஸ்லாமிய, பண்பாடு மற்றும் இலக்கியங்கள் குறித்து அவ்வப்போது பேச விரும்புகிறேன்.

அந்தவகையில் இன்று ‘ஆயிரத்தோரு அரேபிய இரவுகள்’ குறித்து சிறிது உரையாடலாம்.

உலகின் எல்லா நிலங்களிலும் தொன்மமும் மாயத்தன்மையும் கொண்ட முடிவுறாக் கதைகள் வளர்ந்து கொண்டிருக்கின்றன.

இஸ்லாமியர்களுக்கு ஒரு பொற்காலம் இருந்தது. அத்தகு பொற்காலத்தில், அரபு மொழியில் தொகுக்கப்பட்ட மத்தியக் கிழக்கு நாட்டுப்புறக் கதைகளின் தொகுப்பே அரேபிய இரவுகள் .

பிறகு இக்கதைகள் மேற்காசியா, மத்திய ஆசியா, தெற்காசியா மற்றும் வட ஆப்பிரிக்கா முழுவதும் அந்தந்த மொழிகளின் வழி பரவியது.

இக்கதைகள் பழங்கால மற்றும் இடைக்கால அரேபிய ,எகிப்திய, இந்தியா, பாரசீகம் மற்றும் மெசபடோமியா போன்ற நாடுகளில் மொழியாக்கம் செய்யப்பட்டபோது, அந்நாடுகளின் நாட்டுப்புறவியல் கதைமரபுகளுக்கு உகந்த வகையில் அரேபிய இரவுகள் வளர்ந்தன.

அவ்வகையில் மூலக்கதையில் இல்லாத, அலாவுதீனும் அற்புதவிளக்கும், அலிபாபாவும் 40 திருடர்களும், சிந்துபாத் போன்ற கதைகள் அரேபிய இரவுகளுக்குள் சேர்க்கப்பட்டன.

1001 இரவுகள், சொல்லப்பட்ட கதைகளென்றாலும் இதில் இருந்ததென்னவோ 200 கதைகளே. ஃபிரஞ்ச்சில் ரிச்சர்ட் பர்ட்டன் மொழிபெயர்ப்பில் வெளியானபோது, அ. இரவுகள் 468 கதைகளாக வளர்ந்தன.

இக்கதைகள் கிட்டத்தட்ட நம் திராவிடத் தொன்மங்களுக்கு நெருக்கமாக இருக்கின்றன.

தமிழ் மற்றும் தெலுங்கில் சொல்லப்படும் மதனகாமராசன் கதைகளை ஒத்த பண்புகளைக் கொண்டது அரேபிய இரவுகள்.

அப்புறம் ஒரு விசயம்.

மதனகாமராசன் கதைகளை 'திராவிட இரவுகள்' என்றும் அழைக்கிறார்கள்.

போலவே, நமது விக்ரமாதித்தயன் கதையொத்த தொழில் நுட்பத்தை உடையது அரேபியன் இரவுகள்.

கதைக்குள் கதையென நீளும் தன்மை கொண்டது. சோபக்ள்ஸின் 'ஈடிபஸ்' சாயலும் கொண்டது.

அரேபிய இரவுகளை முதலில் தமிழுக்கு (1876) கொண்டு வந்தவர் அமரம்பேடு அண்ணாசாமி முதலியார்.

நாட்டுப்புறக்கதையென எளிதாக அரேபிய இரவுகளை கடந்துபோய்விட முடியாது. உலக அளவில் பல செவ்வியல் கவிஞர்கள், நவீன இலக்கியவாதிகள் அரேபியன் இரவுகளுக்கு ரசிகர்களாக இருந்திருக்கிறார்கள்.

'நான் மீண்டும் நூலகத்துக்கு செல்கிறேன். அங்கு, சோபாவில் அமர்ந்து, அரேபிய இரவுகளின் உலகத்திற்குள் மூழ்குகிறேன்.

ஒரு திரைப்படம்போல இக்கதை வளரும்போது ,நிஜ உலகம் ஆவியாகிறது. கதை உலகில் நான் தனியாக இருக்கிறேன். இந்தக்கதை, உலகில் எனக்குப் பிடித்த உணர்வுகளைத் தருகிறது!' என்கிறார், பிரபல ஜப்பானிய எழுத்தாளரான ஹருகி முரகாமி.

'ஷாம்களும் மாயைகளும் சிறந்த உண்மைகளுக்காக மதிக்கப்படுகின்றன. அதே சமயம் யதார்த்தம் அற்புதமானது.

மனிதர்கள் உண்மைகளை மட்டும் தொடர்ந்து அவதானித்து, தங்களை ஏமாற்றிக்கொள்ள அனுமதிக்காமல் இருந்தால், வாழ்க்கை, ஒரு விசித்திரக் கதை போலவும் அரேபிய இரவுகளின் பொழுதுபோக்குகளைப் போலவும் இருக்கும்' என்கிறார் தத்துவஞானியான ஹென்றி டேவிட் தோரோ.

கோல்ரிஜ், வில்லியம் வேர்ட்ஸ்வொர்த், ஆல்பிரட் டென்னிசன், சார்லசு டிக்கின்ஸ் போன்ற விக்டோரியன் கால இலக்கியவாதிகளும் ஜான் பார்த், ஜார்ஜ் லூயிஸ்

போர்ஹே, சல்மான் ருஷ்டி, ஓர்ஹான் பாமுக் போன்ற நவீன எழுத்தாளர்களும் அரேபியன் இரவுகளின் தீவிர வாசகர்களாக இருந்திருக்கிறார்கள்.

இந்தக் கதையை சுருக்கமாகப் பார்ப்போம்.

ஷஹர்சாத் ஒரு பாரசீக அரசன். சகல சாஸ்திரங்களையும் கற்றுத்தேர்ந்தவன். அவன் முதல் மனைவி நம்பிக்கைத் துரோகம் செய்ததால் அவளுக்கு மரணதண்டனை விதிக்கிறான். இதனால், பெண்கள் குறித்த தப்பெண்ணம் அவனுள் வளர்ந்தபடி இருக்கிறது.

பல பெண்களை மணம் செய்து, அனுபவித்துக் கொல்லும் சீரியல் கில்லராக மாறுகிறான்.

நாளடைவில் அவனுக்குப் பெண்கள் கிடைக்காமல் போகிறது. இந்நிலையில் தனக்குப் பெண் தேடும் வேலையைத் தன் அமைச்சனிடம் கொடுக்கிறான்.

தந்தைக்கு உதவவிரும்பி அமைச்சனின் மகள் ஷெஹராசாட், அரசனைத் தானே திருமணம் செய்வதாகக் கூறுகிறாள்.

விடிந்தால் தன்னை அரசன் கொன்றுவிடாதபடி புதிர் தன்மைகளையுடைய கதைகளை இரவில் கூறுகிறாள். இப்படி அவள் கூறும் கதைகள் 1001 இரவுகளுக்கு வளர்கின்றன.

அரேபிய இரவுகள், வரலாறு, மிகுபுனைவு, காதல், துன்பியல் நகைச்சுவை, கவிதை என பல்சுவை கொண்டதாக விரியும் கதை.

ஜின்கள், பகுமுத் மீன், பறக்கும் கம்பளம், மந்திர விளக்கு போன்ற தொன்மங்களை இக்கதை கொண்டிருக்கிறது.

பாலுறவு சார்ந்த பெண்ணின் விழைவுகள், அதுகுறித்த ஆணின் தவறான மனப்பதிவுகள், குறித்து மாந்தரீக யதார்த்த நடையில் நவீனக்கதையாடலாக அரேபிய இரவுகள் இன்றும் புதிதாக இருக்கிறது.

கருணை, இரக்கம், உண்மை, நேர்மை, பரிவுணர்வு கொண்ட பிரதியாக அரேபியன் இரவுகள் விளங்குகிறது.

பெண் உரிமை பேசுகிற பெண்ணியவாதிகளின் மானசீக அன்பைப் பெற்றவளாக இக்கதை சொல்லி ஷெஹராசாட் திகழ்கிறாள்.

இந்தக் கதையில் இருந்து சில வரிகள்.

'மேலும் எங்கள் தோழமை பிரிந்ததற்காக நான் வருந்தினேன்
ஒரு யுகம், என் கண்களில் கண்ணீராக வழிந்தது
மேலும் காலம் எங்களை
மீண்டும் ஒன்று சேர்த்தால்
நான் சத்தியம் செய்கிறேன்
நான் எந்தப் பிரிவினையையும்
என் நாக்கால் சொல்ல மாட்டேன்
ஆனந்தம் என்னை வென்று விட்டது
நான் அழுதது எனக்கு
மகிழ்ச்சியை அளித்தது
ஓ கண்ணே, உன்னில் இருந்து கண்ணீர் ஒரு கொள்கையாக மாறியது
நீங்கள் மகிழ்ச்சியினாலும் சோகத்தினாலும் அழுகிறீர்கள்!'

இத்தகைய கவித்துவம் ததும்பும் மொழி நடைக்காகவும், கனவில் ஒரு கனவு எனும் இதன் மாயத்தன்மைக்காகவும் இக்கதை இன்றும் உலக ரசிகர்களின் உள்ளம் கவர்கிறது.

உவகை கொள்ளச் செய்கிறது.

இசுலாமியர்கள் உலகுக்குத் தந்த இலக்கியக் கொடையை, இந்நோன்பு வேளையில் நினைவூட்டுவதில் மகிழ்கிறேன்.

நாகூர் சலீம் எனும் கவி!

நேற்று மாலை. பழநி கணினி மய்யத்தில் அமர்ந்திருந்தோம். பழநியின் தோழர் அன்வர் பாஷா நோன்புக் கஞ்சி எடுத்து வந்திருந்தார். அருந்தினோம்.

அவ்வளவு வாசனை. அவ்வளவு ருசி.

வீட்டுக்குத் திரும்பினேன்.

நோன்புக் கஞ்சி வாசம் மூச்சில் மணந்தபடி இருந்தது. அதே உணர்வோடு ஒரு இசுலாமிய கீதம் கேட்போமே!என்று யு டியூபில் ‘அருள் மணக்குது அறம் மணக்குது ; அரபு நாட்டிலே ‘ தேடினேன். நாகூர் சலீம் எழுதி, நாகூர் இ.எம்.ஹனிபா பாடிய பாடல். ஆனால் நான் கேட்ட ‘அருள் மணக்குது ‘ பாட்டோ ஒரு கேரளப் பெண் பாடியது. மலையாள டிவி ஒன்று நடத்தும் சூப்பர் சிங்கர் போன்ற நிகழ்ச்சி. ஹனீபா போலவே கணீரென்று பாடுகிறார், அந்த யுவதி.

நபிகளைப் பற்றி ஒரு பெண் பாடுவது, விவரிக்க முடியாத புதிய அனுபவத்தை அளித்தது. இந்தப் பாடலை எழுதிய நாகூர் சலீமுக்கும் எனக்கும் ஒரு சின்ன தொடர்பு இருக்கிறது.

ஸ்நேகா பதிப்பகத்தில் ஒரு நாள், கவிஞர் நாகூர் ரூமியை, ஸ்னேகா சீனீவாசன் எனக்கு அறிமுகம் செய்து வைத்தார்.

ரூமி ஓர் ஆங்கிலப் பேராசிரியர் என்பதாக ஞாபகம். நாகூர் ரூமி கவிஞர் மட்டும் அல்லர். ஒரு versatile writer. சுயமுன்னேற்றம், இசுலாம் மார்க்கம், மொழிபெயர்ப்பு, இப்படிப் பல தளங்களில் இயங்குபவர்.

இவரது தாய் மாமன்தான் நாகூர் சலீம். நாகூர் ஒரு மார்க்க பூமி. இங்கிருந்துதான் இசுலாம் தமிழகம் முழுவதும் பரவியது. கவிஞர்களும், இலக்கியவாதிகளும், இசைவாணர்களும் நிரம்பிய ஞான மண்.

‘நாகூர் இல்லாமல் இஸ்லாமியத் தமிழிலக்கிய வரலாறு இல்லை’ என நாகூரைப் புகழ்வார், எழுத்தாளர் ஜே.எம்.சாலி.

மஹாவித்வான் குலாம்காதிர் நாவலர், புலவர் ஆபிதீன், ஹஸ்ரத் அப்துல் வஹ்ஹாப் பாகவி, நீதிபதி மு மு இஸ்மாயில், சித்தி ஜுனைதா பேகம், கவிஞர் நாகூர் சலீம், என நாகூரின் இலக்கியப் பாரம்பரியம் பெருமை மிக்கது.

ஏ.எம்.தாவூத், நாகூர் ஹனீபா, போன்ற இசை மேதைகள் பிறந்த மண். தாவூத் பாடலைக் கேட்க, பறவைகள் அவரை சூழ்ந்திருந்ததாகச் சொல்லக் கேட்டிருக்கிறேன். நாகூர் சலீம் ஒரு பிறவிக் கவிஞர். இவர் குருதியில் தமிழ் மணந்தது.

இவரது பாட்டனார் வண்ணக் களஞ்சியப் புலவர் காப்பிய நாயகர். இவர் பொருட்டு, வண்ணதாசன் எனும் புனைப்பெயரை சூட்டிக் கொண்டார் சலீம்.

இவரது சகோதரர் முனவ்வர் பெய்க் அவர்கள் பன்மொழிப் புலமை மிக்கவர். சகோதர் முஜீன் பெய்க் ஓர் இதழாளர். திரைக்கதை எழுத்தாளர் தூயவனைப் பலர் இந்து என நினைத்திருக்கக் கூடும். அவர் சலீமுக்கு சகோதரர் முறை.

இவரது சகோதரி சித்தி ஜுனைதா பேகம் முதன் முதலில் தமிழில் நாவல் எழுதிய முஸ்லிம் பெண் எழுத்தாளர்.

இவரது 'காதலா கடமையா' நாவலுக்கு உ.வே.சா முன்னுரை எழுதியிருக்கிறார். 'இதன் நடை யாவரும் படித்துப் பயனடையும் வண்ணம் உள்ளது' எனக் குறிப்பிடுகிறார் உவே.சா .

இந்த நாவலை வாசித்து வாழ்த்தியிருக்கிறார் புதுமைப்பித்தன். சலீம், அந்தாதி வகையிலும் கவிதைகள் எழுதியிருக்கிறார்.

பல நாடகங்களுக்கு பாடல் எழுதியிருக்கிறார். சத்தியராஜ் நடித்த மகா நடிகனில் ஒரு பாடல் எழுதியிருக்கிறார்.

நகூர் ஹனீபா போலவே திராவிட இயக்க அடையாளம் உடையவர் நாகூர் சலீம் .

'மின்னுகின்ற பொன்னைப் போன்ற நிறத்தைப் பெற்றவர்
மூடி வைக்கத் தெரியாத
கரத்தைப் பெற்றவர் '

என எம்ஜி ஆரை எழுதினார்.

தன்னைப் பற்றி எழுதிய பாடலுக்காக எம்.ஜி.ஆர், சலீமுக்கு அந்தக் காலத்தில் 10,000 ரூபாய் பரிசாக வழங்கியிருக்கிறார்.

அண்ணா மறைந்தபோது —

'சிரித்தது போதுமென்று
நிறுத்திக் கொண்டாயோ
சிந்திக்கும் இடம் தேடித்
தனித்துச் சென்றாயோ
ஆளும் திறமை
அன்புக் கலைஞருக்கு
இருப்பதை
நீ அறிந்ததனால்
ஓய்வு எடுத்தாயோ'

என்று இவரெழுதிய பாடலை ஹனீஃபா பாடியபோது, தி.மு.க தொண்டர்கள் கண்ணீர்விட்டு அழுதார்கள்.

இவரது கவிதைகளுக்கு அணிந்துரை எழுதிய கலைஞர், 'பலாச்சுளை பாக்கள்' என உச்சி முகர்ந்தார்.

பொருள்வயின் பிரிவுக் குரல், சங்ககாலம் தொட்டு நம் மண்ணில் ஒலித்துக் கொண்டிருக்கிறது.

அப்படி ஒரு பொருள் வயின் பிரிவுப் பாடலை சலீம் எழுதியுள்ளார்.

கரையின் இரு பக்கத்திலிருந்தும் இரண்டு இசுலாம் இதயங்கள்,

இசைக்கும் பாடலிது.

'கப்பலுக்கு போன மச்சான்

கண்ணிறைஞ்ச ஆச மச்சான்

எப்பதான் வருவீங்க எதிர்பார்க்கிறேன் — நான் இரவும் பகலும் தொழுது தொழுது கேட்கிறேன்'

காதலையும் கடவுளையும் இணைக்கிற கண்ணிகள் நம் தமிழ் மரபில் இருக்கின்றன. கண்ணனைக் காதலனாக எண்ணி ஆண்டாள் பாடினாள்.

இங்கு இரண்டு மானுட மனசுகள்,
மார்க்கத் துணையோடு பாடுகின்றன.

'அன்னமே அடிக்கரும்பே
ஆவல் என்னை மீறுதடி'
என ஆசையைப் பாடினிலும்,

'இன்ஷா அல்லா
விரைவில் வருவேன்,
உன் இஷ்டம்போல
கேட்டதெல்லாம் தருவேன்'
அல்லாவைத் தொழுது, காதலை விழைகிற பாடல்.

தமிழ் நாடோடி மனத்தையும், இசுலாம் மார்க்க குணத்தையும், சேர்த்து வைத்திருக்கிற பாடல்.

நாடகம், இசைப்பாடல், சினிமா என விரிந்த தளத்தில் இயங்கிய நாகூர் சலீம், 21.02.36 அன்று நாகூரில் (நெல்லுக்கடைத் தெரு) பிறந்தார். இவரது தந்தை, ஷரீப் பெய்க். தாய், கதீஜா நாச்சியார்.

7000 இசைப் பாடல்களுக்கு மேலெழுதிய சலீமுக்கு தமிழக அரசு கலைமாமணி விருது வழங்கி கௌரவித்தது.

இவரது மொத்த படைப்புகளும், இன்னும் முழுமையாகத் தொகுக்கப்படாமல் இருக்கின்றன. இசுலாமியர்கள் தமிழுக்கு என்ன செய்தார்கள்? எனக் கேட்கும் அறிவிலிகளுக்குக் காட்ட, வரிசை கட்டி நிற்கின்றன இசுலாமிய தமிழ் இலக்கியங்கள்.

அந்த வரிசையில் இடம்பெறத் தகுதி படைத்த, நாகூர் சலீமின் ஒட்டு மொத்தப் படைப்புகளையும் தொகுக்க நண்பர்கள் முயற்சி மேற்கொள்ள வேண்டும்.

ஒரு முனாஜாத் பாடல்!

இது ரமலான் மாதம். அவ்வப்போது யு டியூபில் இசுலாமிய முனாஜாத் பாடல்கள் கேட்பேன். இன்று காலைகூட 'அல்லாஹு அல்லாஹு ரப்பீ

அல்லாஹு அல்லாஹு ஹஸ்பீ'

என்று ஒரு முனாஜத் கேட்டேன்.

இசுலாமியர்கள் தமிழுக்கு பல்வேறு இலக்கிய வகைமைகளை அறிமுகப்படுத்தியிருக்கிறார்கள். அவ்வகையில், மசலா, நாமா, கிஸ்ஸா, முனாஜாத்து, படைப்போர், திருமண வாழ்த்து, நொண்டி நாடகம் போன்ற இலக்கிய வடிவங்கள் தமிழுக்கு இசுலாத்தின் முக்கிய பங்களிப்புகளாகக் கருதப்படுகின்றன.

மசலா என்பது புதிர் வடிவம் கொண்டது.

நாமா, வரலாற்றுக்கதைகள்.

கிஸ்ஸா என்பது கதை வடிவம்.

அவ்வகையில் முனா ஜாத்து என்பது இறை வேட்கை.

மார்க்க நெறிகளைப் பாடுவது.

மனம் நெகிழ்ந்து இறை தொழுது பாடுவது.

இசுலாம் முரட்டு மதம். அவர்களிடம் அழகுணர்வு, கவித்துவம் இல்லை! எனச் சித்தரிக்கும் போக்கு உலகெங்கும் இருக்கிறது. அது பிழைபட்ட பார்வை.

'அல்லாஹ் அழகானவன். அவன் அழகை விரும்புகிறான். திருக்குர்ரானை அழகிய ராகங்களில் ஓதுங்கள்' என்றவர் நபிகள் பெருமான். ஹபஸாத் தோழர்களுக்கு ரக்ஸ் நடனமாட பள்ளிவாசலில் இடம் கொடுத்த மதம் இசுலாம்.

'நூன்' என்ற எழுத்தின் மீது சத்தியமாக! பேனாவின் மீது சத்தியமாக! அவர்கள் எழுதுபவை மீதும் சத்தியமாக!.'

எனும் வசனம் திருக்குரானில் வருகிறது.

நூன் என்றால் மை குப்பி.

இசுலாம் எழுத்தை அவ்வளவு உயர்வாகக் கருதியிருக்கிறது.

உலகப் புகழ் பெற்ற எழுத்தாளர்களான ஜோகா அல்ஹார்த்தி, நோபல் பரிசு பெற்ற எழுத்தாளர்கள் நகுயிப் மஹ்ஃபூஸ், மற்றும் ஓர்ஹான் பாமுக் போன்றோர் இசுலாமியர்களே.

இன்று காலை நான் கேட்ட,

'பிரார்த்தனை ஏற்றே பிணி தீர்ப்பாய் அல்லாஹ்' எனும் முனாஜத்தை எழுதியவர், மௌலவி டி.எஸ்.ஏ அபூ தாஹிர் ஃபஹீமீ மஹ்ழரி அவர்கள். பாடியவர், ஹாஃபிஸ் பி.எஸ். அஹமத் சலிஹ் ஃபஹீமி அவர்கள் .

எல்லா மதத்தவருக்கும் பொருந்துகிற பிரார்த்தனைப் பாடலிது. கண்களை மூடி, லயித்துக் கேட்டால், நம் மனசை ததும்பச் செய்கிற பாடல்.

அளவற்ற அமைதியையும், தன்னிரக்கமும் கொண்ட குரலில் பாடுகிறார் அஹமத் சலிஹ் ஃபஹீமி.

'அல்லாஹ்வே அல்லாஹ்வே உனக்கே

அல்லாது புகழெல்லாம் யார்க்கே

இல்லல்லாஹ் என்று யர்வான

உன்னை நான் புகழ்வேனே அல்லாஹ்'

இறைவனிடம் முழுவதும் தம்மை சராணாகதிப்படுத்திப் பாடும் தமிழர் பக்திமரபின் வரிசையில் வருகிற பாடல்.

வெள்ளம் சூழ்ந்தபோது, கோவிட் வைரஸ் தாக்கியபோது, இடர் சூழ்ந்த தருணங்களில், மதம் கருதாமல் உதவிக்கு வந்தவர்கள் இசுலாமியப் பெருமக்கள். அவர்களின் முனாஜாத் பாடல்களிலும் அந்த தயாள குணம் வெளிப்படுகிறது.

'இல்லாத இயலாத மக்கள்

பொல்லாத பசியாலே வாழ்வோர்

தள்ளாத முதியோர்கள் மீதும்

தய்யானே தயவு செய் அல்லாஹ்'

இப்படி நிறைய நெஞ்சைத் தொடும் சொற்களை இப்பாடல் கொண்டிருக்கிறது.

'இல்லத்தின் கண்களாம் பெண்கள்

உள்ளத்தின் இடுக்கண்கள் போக்கு

உதிரத்தின் போக்குகள் நீக்கி

சரீரத்தை சுகமாக்கு அல்லாஹ்'

என பெண்களுக்காக பிரார்த்தனை செய்யும் இந்த ஆண்குரல் ஒரு தாய்க்குரியது.

'வாய்மையாய் வாழ்ந்திட வேண்டும்

வாக்குத் தவறாமை வேண்டும்

நேர்மையில் நிலைத்திட வேண்டும்

நீ வாழச் செய்வாயே அல்லாஹ்

சான்றோர்கள் சகவாசம் வேண்டும்

ஆன்றோர்கள் அருள் பாசம் வேண்டும்

சுவனத்தின் சுக வாசம் வேண்டும்

புவனத்தில் பொழிந்திடு அல்லாஹ்'

இது நம் தாயுமானவன் குரல் போலில்லையா? வள்ளலார் வார்த்தைகள் இல்லையா?

என் பகலின் கதவுகளைத் திறந்த பாடல்.

இன்றைய மாலையில் நோன்பு திறக்கிற இசுலாமிய நண்பர்களுக்கு, இப் பாடலை அன்போடு அளிப்பதில் மகிழ்கிறேன்.

பச்சை நிற இரவு!

நேற்று தமிழ் ஊரான கற்பகநாதர்குளத்துக்கு சென்றிருந்தோம். கற்பகமாரியம்மன் தமிழுக்கு விருப்பமான தெய்வம். தெய்வம் என்பதைவிட அவரது இன்னொரு அம்மா என்று சொல்லலாம்.

தெய்வம் உண்டோ? இல்லையோ? மனிதர்கள் தங்களுக்கு விருப்பமான தெய்வங்களை மனசுக்குள் எழுப்புகிறார்கள்.

க.நா.குளம் போகும்போதெல்லாம் வேளாங்கண்ணி, நாகூர் போவதும் எங்கள் வழக்கம்.

எனக்கு சித்தர்கள், துறவிகள், பக்கிரிகள், சூஃபிகள் மீது ஈடுபாடுண்டு.

அந்த வகையில் வள்ளலாரின் சத்தியஞான தருமசபை எனக்குத் தருகிற அதே மனநிம்மதியை, நிறைவை, ஷாகுல் ஹமீத்தின் தர்காவும் தருவதுண்டு.

இம்முறையும் போக விரும்பினோம். இயலவில்லை. ரம்ஜான் மாதத்தில் நாகூரில் சிறிது பொழுதாவது கழிக்க விரும்பிய ஆசை ஏனோ நிறைவேறவில்லை.

கடவுள் பகுத்தறிவை விட சிறந்த எதையும், அல்லது பகுத்தறிவை விட சரியான அல்லது அழகான எதையும் படைக்கவில்லை. என்கிறார் நபிகள்.

உண்மைதான். சிலவேளை அந்தப் பகுத்தறிவைக் கழற்றி வைத்து, சுமையில்லாமல் யாருடைய மடியிலாவது தலைசாய்த்து அழத் தோன்றுமல்லவா? அப்படித் தோன்றியது.

நம்மை காலியாக உணரும் கனமற்ற தருணங்கள் இருக்கின்றன. இரவு அப்படித்தான் உணர்ந்தேன்.

என்னை அரவணைத்தார் ஜேசுதாஸ்.

தன் தெய்வீகக்குரலில் என்னைத் தாலாட்டினார்.

'சுரலோக மணிஹூருள்'

'ஆலம் படச்சோறு ரப்பே'

'ஆக சுத்துலகத்திலு'

'புறப்பேட்டு அபூஜாஹில் ரஹானா' என அவரது மலையாளப் பாடல்கள் சிலவற்றைக் கேட்டேன்.

அவரது குரல் நான் இதுவரை பார்த்திராத புதிய உலகங்களுக்கு அழைத்துச் சென்றது. ஜேசுதாஸ் பாடியவை மாப்பிளா வகைமைப் பாடல்கள்.

மாப்பிளா பாடல்கள் (Mappila songs) கேரள இஸ்லாம் நாட்டுப்புற பாடல் மரபில் வருபவை. 17ஆம் நூற்றாண்டில் இவை பரிணமிக்கத் தொடங்கின.

மெல்லிசைத் தன்மையோடு (இசால்), அரபு, பாரசீகம், தமிழ், வாசம் கூடிய மலையாளத்தின் பேச்சுவழக்கில் அமைந்தவை மாப்பிளா பாடல்கள்.

இந்தஸ்தானியின் இசைக்கூறுகளை உள்வாங்கிச் செரித்தவை.

காதல், வீரம், ஆன்மீகம் போன்ற உள்ளடக்கங்களைக் கொண்டவை.

மலபார் பகுதி முஸ்லீம்களால் பாடக்கூடியவை. இவற்றில் முகைதீன் மாலை, இரிபாய் மாலை, சாதுலி மாலை, அச்மீர் மாலை மற்றும் நபீசாத் மாலை போன்ற மாப்பிளா பாடல்கள் புகழ் பெற்றவை. திருமணம், மரணம் போன்ற சடங்குகளின்போதும் மாப்பிளா பாடல்களைப் பாடுகிறார்கள்.

இப்பாடல்கள்வழி கேரள முஸ்லீம்களின் அரசியல் மதப் பண்பாடுகளை அறிந்து கொள்ள முடியும்.

மாப்பிளாப் பாடல்களை உருவாக்குவதில் பெண்களுக்கும் முக்கிய பங்கு இருந்திருக்கிறது.

ஏவி முகமதுவின்

'மம்புர பூ மகாமிலே'

'அல்லாவிண்டே போ

பீர் முஹம்மதுவின்

'தாடகிமானதே'

‘பூக்கள் விரின்னு நிற்கும்’

‘ஷஹீதா நல்லா’

கண்ணூர் ஷெரீப்பின்

‘மிஸ்ரைல் ராஜன் அஜீஜிண்டே’

‘ஆத்தல் நபியுடே’

‘மஹியில் மகா சீனென்னும்’

எரனொளி மூசாவின்

‘மிஹ்ராஜ் ராவிலே கேட்டே’

‘கெட்டுகள் மூன்றும் கெட்டி’

இப்படி பல மாப்பிளா பாடல்களை நேற்றிரவும் காலையும் கேட்டபடி இருந்தேன்.

இந்த வரிசையில்

கே.எஸ்.சித்ராவின்

‘ஆட்டாலய பைதலே’

‘கண்ணீரும் கல்புமாய்’

‘மெஹபூபே வரும் என்ன’

பாடல்களும் என் நெஞ்சை நனைத்தன.

‘உலகம் பசுமையாகவும் அழகாகவும் இருக்கிறது, கடவுள் உங்களை அதன் பொறுப்பாளராக நியமித்துள்ளார்!’ என்கிறார் நபிகள் பெருமான். என் இரவின் நிறம் பச்சையாக இருந்தது.

நிஷா மன்சூர் எனும் கவி

1

உலகம் முழுவதும் இசுலாம் வெறுப்பு வளர்ந்து கொண்டிருக்கிற சூழல். அதேவேளை இந்த வெறுப்புத் தீயை அணைத்து, நேயத்தையும் இணக்கத்தையும் வளர்க்கிற காரியங்களை உலகு தழுவிய இசுலாம் சமூகம் செய்து வருகிறது.

இத்தகைய செயல் ஒன்று சமீபத்தில் நிகழ்ந்திருக்கிறது. மெக்காவில் உள்ளது அல் நிம்ரா மசூதி. இம்மசூதியில் அராஃபத் நாள் சொற்பொழிவு நிகழ்த்தப்படுகிறது. (அரஃபா குன்றின்மீது முகமது நபிகள் தன் இறுதிப் பேருரையை நிகழ்த்தினார். இந்த நாளே அரஃபா நாளாக அனுசரிக்கப்படுகிறது.)

கடந்த ஐந்தாண்டுகளாக அரபு தவிர்த்த, உலகின் வெவ்வேறு மொழிகளிலும் இச்சொற்பொழிவு மொழிபெயர்த்து ஒலிபரப்பப்பட்டு வருகிறது. ஆங்கிலம், பிரெஞ்சு, மலாய், உருது, பாரசீகம், ரஷ்ய மொழி, சீன மொழி, வங்க மொழி, ஹவுசா மொழிகளைத் தொடர்ந்து, இந்த ஆண்டு முதல் அராஃபத் சொற்பொழிவை தமிழும் கேட்கும் வசதியை சவுதி அரசு ஏற்படுத்தியுள்ளது.

இசுலாம் இறுக்கமான மதம் என்கிற கருத்தை, இச்செயல்பாடு தகர்த்துள்ளது. இசுலாத்தின் மிதவாதப்போக்கை, சகிப்புத் தன்மையைப் புரிந்து கொள்வதற்கு இச்செயல் ஒரு வாய்ப்பாக அமைந்துள்ளது.

2

நபிகள் நாயகத்தின் வாழ்வே இசுலாமியர்களுக்கு மிகச் சிறந்த வழிகாட்டி. மாற்று சமூகத்தவரோடு இணக்கமாக நபிகள் பெருமான் வாழ்ந்ததை ஹதீஸ்கள் கூறுகின்றன. நபிகள் கூறியதும் செய்ததுமே ஹதீஸ் என்று அழைக்கப்படுகிறது.

நேற்று என் கனவில் நபிகள் நாயகம் தோன்றினார். ஆனால் அது ஒரு மனித உருவம்போல இல்லை. ஒருவித ஜியோமெட்ரிக் வடிவம் போலத் தோன்றியது. ஏசுநாதரைப்போல், நாம் நபிகள் நாயகத்தின் படத்தைப் பார்த்திருக்க முடியாது.

உருவ வழிபாட்டை மறுக்கிற மதம் இசுலாம். குரானின் 42வது ஆயத்தில், 'அல்லாஹ் பூமியையும் வானத்தையும் படைத்தவன். அவனுடைய படம் என்று எதுவும் இல்லை' என்கிறது.

உலகில் இரண்டாவதாக அதிக அளவில் இசுலாமியர்கள் வாழும் நாடு இந்தியா. அவர்களுக்கு மாற்று மதத்தைச் சேர்ந்த இந்தியர்களோடு எப்படி வாழ்வது என்பது தெரிந்திருக்கிறது. இந்தியா போன்ற பன்முக கலாச்சாரம் பேணுகிற தேசத்தில் இசைந்து வாழக்கூடிய பழக்கம் நம் அனைவருக்கும் தேவைப்படுகிறது.

3

மகள் சிந்து திருமணம் சென்னையில் நடைபெற உள்ளது. தூரம் என்பதால் எங்கள் ஊர்க்காரர்களால் வரமுடியாது. ஆகவே அவர்களுக்கு ஒரு விருந்து கொடுக்கும் பொருட்டு நலங்கு நிகழ்வொன்றை ஏற்பாடு செய்தோம்.

அதற்கு நாள் குறிக்கும்போது தமிழ் பக்ரீத் அன்று வைத்துக் கொள்ளலாம் என்றார். அய்யனாரையும், வீரனையும், மாரியம்மனையும் வழிபடும் எங்கள் பங்காளிகளுக்கு பக்ரீத் அன்று விருந்து வைப்பதுதான் தமிழரின் வாழ்முறையாக இருக்கிறது.

4

எனக்கு இன்னொரு கவிப்பங்காளி இருக்கிறார். அவர் நிஷா மன்சூர்.

இன்று கடுமையான வேலை.

படுக்குமுன் பக்ரீத் நினைவாக நிஷாவின் கவிதைகளைப் படிப்போமே! என அவரது 'பின்தங்கிய படையணியிலிருந்து ஓர் அபயக்குரல்' கவிதைத் தொகுப்பை எடுத்தேன்.

இருபத்தைந்து ஆண்டுகளுக்கு முன், நான் பார்த்த நிஷா மன்சூர் வேறு. அவர் துடிப்பான இளைஞர்.

சதா கவிதைகளில் புதுமையும் பரிசோதனையும் முயன்று கொண்டிருப்பவர்.

பிறகு, நீண்டநாட்களாயிற்று.

மீண்டும் நிஷாவை முகநூல் வழி சந்தித்தேன். இப்போது கனிந்திருந்தார். அவரது கவிதைகளும் அவ்வண்ணமே கனிந்திருக்கின்றன.

ஜூஃபி மனமும் ரூமி குணமும் கொண்ட அன்பின் இழைகள் அவை. என்னதான் நிஷா ஒரு பிஸினஸ் மேனாக இருந்தபோதும் கூட, 'என்னைப் பொறுத்தவரை கவிதை ஒரு நோக்கமாக இல்லை, ஒரு வேட்கையாக இருந்தது !' என்பாரே எட்கர் ஆலன் போ,

அப்படி இவருக்கும் கவிதை ஒரு வேட்கையாக இருந்து வருகிறது.

எப்போதும் மனிதர்கள் விவேகமாக நடந்து கொள்ள முடியாது. விவேகமாக நடந்து கொள்வதாக இருந்தால் நிஷா கவிதையைச் சிந்தித்திருக்க மாட்டார்.

விவேகம் என்பது ஒரு பணக்கார, அசிங்கமான, இயலாமையால் வளர்க்கப்பட்ட வயதான பணிப்பெண் என்பார் வில்லியம் பிளேக்.

அதிகமான யதார்த்தத்தை , அதிகமான விவேகத்தை, செரிக்க முடியாதபோது மனிதர்களுக்கு கவிதை தேவைப்படுகிறது.

இன்றைய இந்திய யதார்த்தம் வாழ உகந்ததாக இல்லை. அதுபோல அதிகாரத்தை தொந்தரவு செய்யாமல் இருப்பதையே விவேகம் என்று கூறுகிறார்கள்.

இந்த யதார்த்தத்தை கலைத்துப் போடவேண்டியிருக்கிறது.

இந்த விவேகத்தை உதறப் பழக வேண்டியிருக்கிறது.

Most of the evil in this world is done by people with good intentions! எனச் சிந்தித்தார் டி.எஸ். எலியட். இதைத்தான் நிஷா தன் கவிதைகளில் செய்கிறார்.

இன்று இந்தியாவை இந்து என்கிற ஒற்றைப் பண்பாட்டு அடையாளத்தில் கட்டமைக்க விரும்புகிறது சங்பரிவார் கூட்டம்.

நீங்கள் யானையாக இருக்கலாம். ஆனால் கோவில் யானையாக இருக்கவேண்டும். நீங்கள் சிங்கமாக இருக்கலாம். ஆனால், மிருகக் காட்சியில் இருக்கிற சிங்கமாக இருக்க வேண்டும். நீங்கள் புலியாக இருக்கலாம். ஆனால், சர்க்கஸ் கூண்டுக்குள் இருக்கிற புலியாக இருக்க வேண்டும் என்கிறது சங்பரிவார்.

இந்தியாவில் இசுலாமியர்கள் இருக்கலாம். ஆனால், ஹிஜாப் அணியக்கூடாது. மாட்டிறைச்சி சாப்பிடக்கூடாது. தலாக் சொல்லக் கூடாது. சுன்னத் செய்யக்கூடாது. கடைக்கு இசுலாமிய அடையாளத்தில் பெயர் வைக்கக் கூடாது.

கவிஞனாக இருந்தால் மொண்ணையாக ஒரு சமஸ்கிருதப் பெயர் வைத்துக் கொள்ள வேண்டும். கவிதை எழுதுவதென்றால் ஒரு நாளைக்கு ஒன்பது காதல் தோல்விக் கவிதைகளை எழுதலாம். உங்களை ஏன் எழுதுகிறாய்? எதற்கு எழுதுகிறாய்? சட்டை செய்ய மாட்டார்கள்.

இன்னும் சொல்லப்போனால் ஒரு இசுலாமியக் கவிஞர் பொதுவுடைமைக் கவிதைகூட எழுதலாம். அதேவேளை அவர் அல்லாவைப் பற்றி, நபிகள் நாயகம் பற்றி, நாடோடி சூஃபி மரபு பற்றி, நாகூர், முத்துப்பேட்டை தர்கா பற்றி எழுதத்தான் தயங்க வேண்டியிருக்கிறது.

இந்தத் தயக்கம் 16 ஆம் நூற்றாண்டில் மெஹ்ராஜ் மாலை எழுதிய ஆலிம் புலவருக்கு இருந்ததில்லை. சமகாலத்தில் இத்தகைய தயக்கத்தை சங்பரிவார் கூட்டம் உருவாக்கியிருக்கிறது.

போலவே, தமிழ் நவீன இலக்கியப் பரப்பில் தங்களை சங்பரிவார்கள் எனக்காட்டிக் கொள்ளாத மிதவாத தமிழ் ஆதிக்கச் சாதியினரும் இத்தயக்கத்தை உருவாக்கியிருந்தார்கள்.

இவற்றைப் பொருட்படுத்தாமல் தங்கள் அடையாளங்களை, தங்கள் வாழ்வை, தங்கள் பண்பாட்டை, தங்கள் இறைவழிபாட்டை எழுதியவர்களில், தோப்பில் முகம்மது மீரான், கவிக்கோ அப்துல்ரகுமான், ஹெச்.ஜி.ரசூல், கீரனூர் ஜாஹிர் ராஜா போன்றோர் முக்கியமானவர்கள்.

சமீபமாக இசுலாத்தின் மெல்லிய ஆன்மீக மனதைத் திறக்கும் கவிதைகளை நிஷா மன்சூரும் எழுதத் தொடங்கியிருக்கிறார் என்பது எனக்கு மனநிறைவை அளிக்கிறது.

'கருணைக் கடலின் திருச்சன்னிதி' என்றொரு கவிதை. ஒவ்வொருமுறை நாகூர் ஆண்டவர் திருச்சன்னிதிக்கு வரும்போதும் தனக்குக் கிடைத்த இறை அனுபூதியை எழுதியிருக்கிறார் நிஷா.

விண்மீன்கள் ஒளிரும் முகமலர் அபூதுரப் (மண்ணின் தந்தை என நபிகளல் புகழப்பட்ட கலிஃபா அலீ ரலியல்லாஹூ

குறித்த கவிதை) போன்ற கவிதைகள் மாற்றுப் பண்பாடு குறித்த தேடல் உள்ளவர்களுக்கும் பன்மைத் தன்மையில் அக்கறை உடையவர்களுக்குமான கவிதை.

சூத்திரப்பாவை, மீப்பெருமாயமலர், பிரார்த்தனை, அருட்சிறகுகள் விரியும் இரவு, இப்படி நிறைய கவிதைகள் இசுலாம் ஆன்மீக அனுபவத்தை வழங்குபவை.

இதில் எந்த ஒரு கவிதையும் தன்னோடு வாழும் மாற்று மதத்துக்காரரை தொந்தரவு செய்பவை அல்ல. வெறுப்பவை அல்ல.

மாறாக இதயப் பிசுக்குகளின் கடுங்கறையை அகற்ற, அகங்காரக் கசடுகளின் அடைப்புகளை விலக்க, உணவின் கடுஞ்சுவையில் மரத்துப்போன நாவின் சுவை மொட்டுகளுக்கு நோன்பின் ருசி உணர்த்த எழுதிப் பழகிய கவிதைகள்.

மற்றபடி, நிஷாவுக்கு இருப்பது உலகக் கவிஞர்கள் எல்லோரிடமும் காணப்படுவது போன்ற மெல்லிய மனம். அது வாழைப்பழத் தோலை சுரண்டித் தின்னும் சிறுவனுக்காக, எஞ்சியிருக்கும் கடைசி பொரியுருண்டை பாக்கெட்டில், செவ்வெறும்பிடம் கடிவாங்கி வாய் வீங்கிய சிறுவனுக்காக, இரக்கப்படும் மனம்.

அன்பும் அமைதியும் சமாதானமும் நிறைந்த வாழ்வுக்காகப் பாடும் நிஷாவின் கவிதைகள் என் மூளை மூட்டத்தை விலக்கி துலக்கமுறச் செய்திருக்கின்றன .

இன்றிரவு எனக்கு நபிகள் நாயகத்தை அடையாளம் காண்பதில் சிரமம் இருக்காது.

யாத்திரை

யுவன்சங்கர் ராஜாவின் புகைப்படமொன்று.

இஹ்ராம் உடுப்பில் இருந்தார்.

சினிமா துறையில் இருப்பவர். பளபளப்பான ஆடைகளில் அவரைப் பார்த்திருக்கிறேன்.

இந்த ஆடை வித்தியாசமாக இருந்தது. Faqir போன்ற தோற்றம். 'The root of suffering is attachment! ' என்றார் புத்தர். ஒரு இளம் துறவியைப்போல் இருக்கிறார்.

துறவு எப்போதும் வாழ்க்கையை மறுப்பது ஆகாது. அது இன்பத்தை மறுப்பதும் அல்ல. துறவு, உண்மையில் இன்பத்தை ஒழுக்கங்களாக மாற்றுவதற்கே மேற்கொள்ளப்படுகிறது.

யுவன் உம்ரா பயணம் மேற்கொள்கிறார்.

உம்ரா, இசுலாமியர்கள் மேற்கொள்ளும் புனித யாத்திரை.

இசுலாமியர்களின் கடவுள் வணக்கம் மூன்று நிலைகளில் செயல்படுகிறது.

1. உடல் சார்ந்து.

2. பொருள் சார்ந்து.

3. உடல் பொருள் இரண்டும் சார்ந்து.

பொருள் சார்ந்த வணக்கத்தை ஸதகா, ஸகாத் என்கிறார்கள்.

இவை ஏழைகளுக்காக ஒதுக்கப்படும் நிதிகள். இறைவன், கல்வி, மருத்துவம் என இந்நிதி வணக்கம் விரிந்த தன்மை கொண்டது.

உடலும் பொருளும் சார்ந்த இறைவணக்க யாத்திரைகளே உம்ராவும், ஹஜ்ஜும்.

உம்ரா — தரிசிப்பது என பொருள்.

தைக்கப்படாத மேலாடை, கீழாடை உடுத்திய யுவனின் தோற்றம்தான் என்னை வசீகரித்தது.

இதைத்தான், 'உண்பது நாழி, உடுப்பவை இரண்டே' என்கிறது தமிழ்.

புனித க அபாவை 7 தடவை சுற்றி வலம் வருதல். ஸபா, மர்வா ஆகிய இரண்டு சிறு குன்றுகளுக்கிடையே 7 தடவை விரைவாக நடத்தல். முடியை மழித்துக் கொள்ளுதல். போன்றவை உம்ரா இறைவணக்க முறை.

இசுலாத் குறித்து தப்பெண்ணங்கள் பரப்பப்பட்டு வரும் நிலையில் யுவன்சங்கர் ராஜாவின் இந்த யாத்திரை, இசுலாத்தின் மாபெரும் அமைதி விருப்பத்தை, எளிமையை, தவத்தை வெளிப்படுத்துவதாக இருக்கிறது.

யுவன் யாத்திரைப் பாதையை,

அல்லாவின் ஒளி தழுவட்டும்!

தோஹா

நேற்று காசி தமிழ்ச் சங்க விழாவில் இளையராஜாவின் உரையைக் கேட்டேன். கங்கையில் மூழ்கிய முத்துசாமி தீட்சதருக்கு சரஸ்வதிதேவி வீணையைக் கொடுத்தார். அது அருங்காட்சியகத்தில் இருக்கிறது! என்கிறார்.

அவரது இந்த கூற்றை Magical realism என எடுத்துக் கொண்டேன்.

அடுத்ததாக இளையராஜா கபீர் குறித்து பேசுகிறார்.

இதுதான் இளையராஜாவின் சாரம்.

இந்தியாவுக்கென்று ஓர் ஆன்மீக முகம் இருக்கிறது. அது புத்தர், மகாவீரர், ராமானந்தர், கபீர், விவேகானந்தர், வள்ளலார் எனும் பரிமாணங்களைக் கொண்டது.

வாரணாசியில் பிறந்த கபீர், பிறப்பால் இசுலாமியர். வளர்ப்பால் இந்து மற்றும் சீக்கிய தத்துவங்களை உட்கிரஹித்துக் கொண்டவர்.

அவரை பிராமணர் என்பவர்கள் இருக்கிறார்கள். வைஷ்ணவர் என்பர். சூஃபி என்பாரும் உண்டு. வேதாந்தி என்பார் சிலர்.

கபீர் தன்னை எப்படி கருதுகிறார்?

'அல்லாஹ்வுக்கும் ராமருக்கும்
ஒரே நேரத்தில் பிறந்த குழந்தை'! என்றார்.

'தீயை அகத்தினிடை மூட்டுவோம்' என்றான் பாரதி. மூட்டியவர் கபீர்.

கடவுள் எனும் ரகசியத்தைக் கண்டடைய முனைந்தவர்களில் கபீரும் ஒருவர்.

'உணர்வு, உணர்வின்மை
அவனது காலடியாகும்
அவன் உருவமும் அற்றவன்,
மறைவும் அற்றவன்
அவன் வெளிப்பட்டவனில்லை. வெளிப்படாதவனுமில்லை

அவன் யார்?'

எனத் தேடினார் கபீர்.

இந்து, முஸ்லீம் இரண்டு மதங்களின் பிற்போக்குத் தன்மையையும் விமர்சித்தவர். இதன் பொருட்டு இரு மதத்தவராலும் வெறுக்கப்பட்டவர். இறந்தபிறகு 'எங்களவர் கபீர்' என இரு மதங்களாலும் சொந்தம் கொண்டாடப்படுகிறவர். ஜலாலுதீன் ரூமி, ஹபீஸ், அத்தர் போன்ற பாரசீக மாயாவாதக் கவிஞர்களின் செறிவான தத்துவப் பின்புலமுடைய கவிதைகளைத் தந்தார் கபீர்.

'When at last you are come to the ocean of happiness, do not go back thirsty' இப்படிக் குறட்பாக்கள்போன்ற தோஹாக்களை எழுதினார் கபீர்.

தோஹா என்பது இந்திக் கவிதை வடிவம். கபீரைப்போல, துளசிதாசர், ரஹீம், நானக், ரஷ்கன் போன்றோரும் தோஹா வடிவ செய்யுளில் புலமை பெற்றவர்கள். கபீர் தாசரின் ஓரிரு தோஹாக்களைப் பார்ப்போம்.

'புனிதர்கள் உலகம் பைத்தியமாக இருப்பதை நான் காண்கிறேன்.'

'நதி கடலில் நுழைவது போல,
என் இதயம் உன்னைத் தொடுகிறது.'
'உன்னில் ஓடும் நதி
என்னிலும் ஓடுகிறது.'
'கேள் நண்பரே,
நேசிப்பவர் புரிந்துகொள்கிறார்.'

'தோஹா' பற்றி இளையராஜா பேசியபோது அவரது தேடலைப் புரிந்துகொள்ள முடிந்தது.

நம் அன்பிற்கும் மதிப்பிற்கும் உரிய இளையராஜா அவர்களுக்கு கபீர் கூறிய ஒரு தோஹாவை ஞாபகப்படுத்த வேண்டியிருக்கிறது.

You have left Your Beloved and are thinking of others: and this is why your work is in vain.

ஆண் முதன்மையைச் சிதைக்கும் கவிதைகள்

வெகுநாட்களுக்குப் பிறகு சென்னை சங்கமம் நிகழ்வில் கவிஞர் சல்மாவைப் பார்த்தேன். சிறந்த கவிஞர். புனைவெழுத்தாளர். மலர்ந்த முகத்தோடு அன்பு பாராட்டினார்.

பெண்கள் எழுதும்போதுதான் இலக்கியம் அதன் முழுப் பரிமாணத்துக்கு அருகில் வருகிறது. புதுமை பாலினத்தார் எழுதும்போது, விடுபட்ட பக்கங்களால் இலக்கியம் தன்னை முழுமையாக்கிக் கொள்ளவும் கூடும்.

இந்தியாவில் வலது அரசியல் மேலோங்கியிருக்கிற சூழலில் இசுலாத்திலிருந்து பெண்கள் எழுத வரும்போது அதை பெருமிதமாக உணர்பவன் நான். 'இஸ்லாம் — பெண்களுக்கு சுதந்திரமளிக்காத மதம்' என்கிற உண்மைக்குப் புறம்பான குற்றச்சாட்டை இவ்வெழுத்தாளர்கள் தம் இயக்கத்தால் புறமொதுக்குகிறார்கள்.

ஃபாத்திமா அஸ்கர் போன்ற இசுலாமியப் பெண்கவிகளால் 'வீடு ஒரு கல்லறை' என்று எழுத முடிகிறது. அஸ்கர் போன்றவர்கள்கூட சமகாலத்தவர்கள்.

இன்னும் வரலாற்றை நகர்த்தி முன்சென்று பார்ப்போம்.

ஔரங்கசீப் முரடராகவும் பிற்போக்கான மதநம்பிக்கை உடையவராகவும் இந்திய வரலாற்று ஆசிரியர்களால் சித்தரிக்கப்படுபவர். ஔரங்கசீப்புக்கும் அவரது மனைவி தில்ராஸ் பானு பேகத்துக்கும் பிறந்த மகள் செப் — உன் — நிஸா. இவர் ஒரு கவிஞர். 'மக்ஃபி' (மறைக்கப்பட்டவர்) எனும் புனைப் பெயரில் கவிதைகள் எழுதினார்.

இவரது கவிதைகள் பாரசீகத்தில் 'திவான்—இ— மக்ஃபி' எனும் தலைப்பில் தொகுக்கப்பட்டிருக்கின்றன.

ஒரு பெண் எழுதிய முதல் மற்றும் ஒரே தஃப்சீர் ஆகும் இந்நூல். 15,000 வசனங்களைக் கொண்ட நூல். தன் மகளின் கவித்துவத்தில் மகிழ்ந்தவர் ஔரங்கசீப். அவரது அறிவுத் திறத்தால் கவரப்பட்டு தனது அரசாங்கப் பணிகளையும் மகளோடு பகிர்ந்து கொண்டார்.

இதே நிகழ்வில் நான் இன்னொரு இசுலாமியப் பெண் கவி ஒருவரையும் சந்தித்தேன். 'வலியின் எல்லையற்ற பாலைவனத்தின் வறண்ட வெண்மையான நீட்சியில், நான் என் நல்லறிவை இழந்து இந்த ரோஜாவைக் கண்டேன்' என்பான் ரூமி.

மாறாக நான் ஒரு லாந்தரைக் கண்டேன். எங்கள் விவசாய வாழ்வின் இருளில், காலமெல்லாம் தூக்கி நடந்தது லாந்தரைத்தான். எனது சகோதரர் புகழேந்தியின் முதல்நூலான மண்கவுச்சி அட்டைப்படத்தில் ஒரு லாந்தரைத்தான் வைத்தோம்.

ஆம், பாலைவன லாந்தரும் தனித்த மொழியோடு கவிதை வெளியில் இயங்குபவர். அவரது சமீபத்திய பெருந்தச்சன் தொகுப்பில் சில கவிதைகளை வாசித்திருந்தேன்.

இன்று எல்லோரிடமும் மொபைல் ஃபோனும், கலர் டிவியும் இருப்பதுபோல கவிதைகளும் இருக்கவே செய்கின்றன. உண்மையில் கவிதைகளாக இருப்பவை வெகு சிலவே.

பாலைவன லாந்தரின் கவிதைகளில் அளவற்ற தனிமையையும், தாங்கிக்கொள்ள வொண்ணா அமைதியையும் உணரமுடிகிறது.

அவருள் இறங்கிக் கடக்கும் காலத்தின் அபரிமிதமான துண்டுகளை சேகரிப்பது, வாசிப்பில் மிகவும் கடினத்தை அளிப்பது. இந்தக் கடினத் தன்மையே, வாசகரை செயலூக்கம் உடையவராகவும் வைத்திருக்கிறது.

சுயநினைவற்ற நிலையில் பதுங்கிச் செல்லும் அவரது மொழியை, அவரது சீரற்ற எண்ணங்களை, கற்பனைகளை, விடாப்பிடியாக துரத்திச் செல்வதில் ஒருவித வசீகரம் இருக்கிறது.

அவரது விருப்பங்களுக்கும் அக்கறைகளுக்கும், அவரது எழுத்துக்கும் உள்ள தொடர்பை, இடைவெளியைக் கண்டுணர்வதில் ஒருவித விளையாட்டிருக்கிறது.

ஆபத்து நிறைந்த தைரியம் கொண்ட இக்கவிதைகள் கெட்டிதட்டிப்போன மனச்சமநிலையை குலைக்கக் கூடியவை.

வயிறை இதயமென நம்புகிற சமூகத்தில், மூளையை இதயமாக மாற்றுகிற மேஜிக்கை பாலைவன லாந்தர் செய்கிறார்.

அமெரிக்க இசுலாமிய இறையியலாளரான அமினா வதூத்

சில ஆண்டுகட்குமுன்பு சென்னை பல்கலைக் கழகத்திற்கு, 'இஸ்லாத்தில் பாலினம் மற்றும் சீர்திருத்தம்' எனும் தலைப்பில் பேச அழைக்கப்பட்டிருந்தார். 'ஆணாதிக்கம் என்பது ஒரு வகையான ஷிர்க், அல்லது உருவ வழிபாடு. இஸ்திக்பார் (தன்னை மற்றவரை விட சிறந்தவர் என்று நினைப்பது) என்ற சாத்தானிய கருத்தாக்கத்தில் இருந்து உருவானது!' எனச்சிந்தித்தவர் அமினா வதூத். அப்போது எழுந்த எதிர்ப்பு காரணமாக அவரால் அந்நிகழ்வில் பேச முடியாது போயிற்று.

பாலைவன லாந்தர் போன்றவர்களுக்கு இதே உள்ளடக்கங்களை குறியீடுகளாக, உருவகங்களாக மாற்றி கவிபுனையத் தெரிந்திருக்கிறது.

பாலைவனலாந்தரின் ஒரு கவிதையைப் இங்கே பார்ப்போம்.

/பெண்ணுறுப்பைப் போன்ற இலையைச்சுருட்டி

ஊதத் தொடங்குகிறான்

அவனைச் சுற்றிலும் பூனைகள் சேர்ந்து கொள்கின்றன

பூனைகளின் உரிமையாளர்களும்

உரிமையாளர்களின் பணியாளர்களும்

பணியாளர்களின் ஆதரவாளர்களும்

சிறிய கூட்டத்தால் போக்குவரத்து சலசலக்கிறது

அதே கணம் வானத்திலிருந்து எரிநட்சத்திரம் உடைந்து விழ

கரையைத் தாண்டும் ஜெல்லிமீன்களின் பிசுபிசுப்பில்

நூற்றாண்டுக் கிணறு நிறைந்து வழிய

அவன் காய்ந்த இலையை

இரண்டாகக் கிழித்து

இருவேறு திசைகளில் வீசிச்செல்கிறான்/

இந்தக் கவிதையை சென்னைச் சங்கம கவிதை வாசிப்பு அரங்கிலும் வாசித்தார் பாலைவன லாந்தர்.

மொழியில் பெண்ணுக்கு வழங்கப்பட்டிருக்கிற இடம் குறித்தும்,

அவள் தனக்கென மொழியில் உருவாக்க வேண்டியிருக்கிற வெளி குறித்தும், பிரெஞ்சுப் பெண்ணியவாதி Helene Cixous பேசுகிறார். 'ஆண்மையவாதிகளால் உருவாக்கப்பட்டு பராமரிக்கப்படும் தந்தைவழி மொழியின் பிரிவுகள் பெண்ணை வெளிப்படுத்தும் திறனற்றவை' என்கிறார் Helene Cixous.

ஒற்றைத்தன்மை அர்த்தத்துக்கு மாற்றாக, பன்முகத்தன்மை கொண்ட, இவரது கவிதை வரிகள் ஆண் முதன்மையைச் சிதைக்கும் தன்மை படைத்தவை. தொடக்கமோ முடிவோ அற்ற இக்கவிதைகளில் Ecriture Feminine, தன் பரப்பை விசாலம் பெறச்செய்கிறது. Ecriture Feminine என்பது தந்தை வழி ஆண்முதன்மையைச் சிதைப்பதை முதன்மையாகக் கொண்டதாகும்.

மையச் சமூகத்தில் இயங்கும் மொழிக்குள், அதன் பாவனை வெளிக்குள், பெண் தனது அத்தனை இயல்பம்சங்களோடு இயக்கமுறுவது சாத்தியமற்றது. எனவேதான் பாலைவன லாந்தர் தனக்கான பெண்மைய மொழியை தன் கவிதைகளில் உருவாக்குகிறார். தர்க்கம், அர்த்தம் போன்ற நிபந்தனைகளை சிதைத்து, நனவிலியின் அ-நேர்க்கோட்டு வகை கவிதைகளை தொடர்ந்து முயன்றபடி இருக்கிறார் பாலைவன லாந்தர்.

இந்தியா அதன் பன்முகத் தன்மையாலேயே உலகில் புகழடைந்தது. இங்கு ரெஹ்மத் பேகம், பஷிருன்—நிசா பேகம், சுக்ரா—பேகம், சஃபியா பேகம், லத்தீஃப்—உன்—நிசா பேகம் என புகழ்பெற்ற பல இசுலாமியப் பெண்கவிகள் எழுதி வந்திருக்கிறார்கள். இன்று நம்மிடையே பாலைவன லாந்தர் இயங்கிவருகிறார்.

இவரைப் பார்க்கும்போது,

'முதிர்ச்சியால் மூடப்பட்ட ஒரு பெண்ணின் கண்ணியமான ஆளுமையை நீங்கள் பார்க்கத் தவறுகிறீர்கள். என் தலையில் உள்ள பர்தா என் மூளையை மறைக்கவில்லை. நான் நினைக்கிறேன், அதைப் பேசுகிறேன், ஆனால் இன்னும் நீங்கள் எனது இலட்சியங்களை, எனது ஆடை வகைகளை ஏற்றுக் கொள்வதைத் தவிர்க்கிறீர்கள்!' என உஸ்மா ஜலாலுதீன் கூறியது ஏனோ ஞாபகத்தில் தோன்றி மறைகிறது.

தனது பேச்சின் இடையே பாலைவன லாந்தர் 'இன்ஷா அல்லாஹ்' என்றார்.

'அல்லாஹ் காலத்தை உருவாக்குபவன், இடத்தை வடிவமைப்பவன், ஆன்மாக்களை நெசவு செய்பவன், இதயங்களை புரட்டிப் பார்ப்பவன், காலத்தின் எல்லைக்கு அப்பாற்பட்டவன். அவரது சுவாசத்திலிருந்து உயிர் உருவாகிறது, அவரது பேச்சின் அதிர்வினால் பிரபஞ்சம் உருவாகிறது, அவருடைய கருணையின் கருவிலிருந்து அன்பு பிறக்கிறது.

'ஆகுக!' என்று சொன்னவர் அவர்தான். பரந்த ஒன்றுமில்லாத நிலைக்கு, இருப்பு முளைத்தது. ஒன்றுமில்லாத இருளை உடைத்து வாழ்வின் விடியலுக்கு வெளிச்சம் தரும் அவரது வார்த்தைகள்' என்பார் இசுலாமியப் பெண்கவி ஏ. ஹெல்வா.

அப்படி இசுலாத்தின், உன்னதமான ஒரு பெண் இதயத்தின் துடிப்பான வரிகளை,

/ அப்பா

அது உண்மையான சாட்டையா

ஆம் புத்திரா

அப்பா

பெருகிக் கசிவது மெய்யான குருதியா

ஆம் புதல்வா

அப்பா

தன்னை தானே அடித்துக்கொள்வது பிழைப்புக்காகவா

ஆம்

மகனே

பிறகேன் அப்பா

அவர்களுக்கு காசு தர

இத்தனை தயங்குகிறீர்கள்/

பாலைவன லாந்தரின் இக்கவிதையில் காண முடிகிறது.

ஒரு நேர்ப்பேச்சில் அவர் காசிம் புலவரின் பாரம்பரியத்தைச் சேர்ந்தவர் என்பதை அறிய முடிந்தது.

'பகரும் உருவிலி யருவிலி வெருவிலி சிறிதும் ஒருதலை பயிலிலி துயிலிலி பருவிணுனர்விலி துணையிலி யிணையிலி விரிவான பழைய சதுமறை முழுவது முணர்பவர் பசிய தமிழ்வளர் துறவற முளரெவருமை பரவ வரிதரி தொரு பொருடிருவுள — வருளாலே'

என நபிகள் பெருமான் மீது திருப்புகழ் பாடியவர் காசிம் புலவர்.

தமிழும் கவிதையும் இவரது டிஎன்ஏவில் இருக்கிறது. இவர் ஒரு பெண்ணாக இருப்பதால், *Big boy* கனவுகளைக் கலைக்கும் ஆற்றல் இவரது மொழிக்கும் இருக்கிறது!

அழகு ஃபாத்திமா – பிறைநாள் கீதம்
(ஒரு மாப்பிளா பாடல்)

இன்று மாலை தமிழுடன் மருங்கூர் சென்றிருந்தேன். தோட்டத்தில் அமர்ந்து வானத்தைப் பார்த்தேன். உயர்ந்திருந்த தென்னைகளுக்கு மேலே இளம்பிறை.

ஊர்க்குளத்தின் ஈரத்தை எடுத்து வந்த காற்று, முகத்தில் ஒத்தடம் கொடுத்தது. அந்தக் காற்றில் தோட்டத்து நாரத்தை, கருவேப்பிலை, சித்தரத்தை வாசம் இழைந்திருந்தது.

ஒரு பாடல் கேட்கத் தோன்றியது.

இரண்டு நாட்களுக்குமுன் அன்புச் சகோதரர் ரமீஸ் பிலாலி மெய்ப்பொருள் இணைய இதழில் வட்டார எழுத்து குறித்து தான் எழுதிய கட்டுரையின் இணைப்பை அனுப்பியிருந்தார். இளம் வயதில் திருவோடு திகழும் தம்பி. சிறப்பான கட்டுரை.

ஆர்வம் காரணமாக மெய்ப்பொருள் இணைய இதழில் வேறு சில கட்டுரைகளையும் படித்தேன்.

அவற்றுள் ஒன்று 'அரபு மலையாள இலக்கியத்தில் தமிழின் செல்வாக்கு.'

அன்சர் மிடாலம் எழுதியது.

கேரளாவின் மலபார் பகுதி இசுலாமியரிடையே தோன்றி வளர்ந்த இலக்கிய வகைமை. இதை மாப்பிளா மலையாளம் என்றும் கூறுவர்.

மாப்பிளா அடையாளம் தென் கேரளப்பகுதியில் நஸராணி மாப்பிளா எனப்படும் ஒருவகை கிறித்துவப் பிரிவுக்கும் பொருந்தக் கூடியது.

அரபும் மலையாளமும் தமிழும் கலந்த மாப்பிளா பாடல்கள் தென்தமிழ்நாட்டின் குளச்சல், கர்நாடகாவின் மங்களூர், கேரளாவின் மலபார், லட்சத்தீவு ஆகிய இடங்களில் வாழ்ந்த இசுலாமியர்களால் பாடப்பட்டவை.

மலையாளம் தமிழிலிருந்து விடுபட்டு தனிமொழியாக வளர்ந்து சுமார் 500 ஆண்டுகள் ஆகியிருக்கலாம். துஞ்சன் பரம்பு எழுத்தச்சனால் எழுதப்பட்ட கிளிப்பாட்டு, செழுமையுற்ற மலையாளத்தின் முதல் படைப்பாகக் கருதப்படுகிறது.

ஆனால் மாப்பிளா பாடல்கள் அதற்கும் பழமையானவை. எழுத்தச்சன் அத்யாத்ம ராமாயணம் (கிளிப்பாட்டு) எழுதுவதற்கு முன்பே முஹ்யித்தீன் மாலை எனப்படும் மாப்பிளா பாடலை கோழிக்கோடு காழீ முஹம்மது எழுதியிருந்தார்.

மாப்பிளா இலக்கியத் தடம் காயல்பட்டினம், தேங்காய்ப்பட்டினம், இலட்சத்தீவு என நீள்கிறது.

வட கேரளப் பகுதியான காசர்கோடும் மாப்பிளா பாடல்களுக்கு செல்வாக்கு பெற்றிருந்தது.

இயல் எனத் தமிழில் கூறப்படுவது மாப்பிளா இலக்கியத்தில் இஷல் என அழைக்கப்படுகிறது.

மாப்பிளா பாடல்களில், இறைவன், பரன், கோன், புகழ்ச்சி, வாழ்த்து, அரிகோர், வேந்தர், வரிசை, அண்டம், பொய், மெய், இன்பம், நெடில் (ஒட்டகம்), பட்டாங்கு, மகுடம், புவி, பார், நெறி, மரக்கலம், மடவி, கணவன், வள்ளல் போன்ற தமிழ்ச் சொற்களைக் காணமுடிகிறது என இக்கட்டுரை ஆசிரியர் குறிப்பிடுகிறார்.

முஹ்யித்தீன் மாலைக்குப் பிறகு குஞ்ஞாயின் முஸ்லியார் எழுதிய கப்பப்பாட்டு, நூல் மாலை, நூல் மத்ஹ் போன்ற மாப்பிளா பாடல்கள் முஸ்லிம் தமிழ் இலக்கியத்திற்கு மிகவும் நெருக்கமானவை.

அரபு, தமிழ், மலையாள இலக்கியத்தில் விற்பன்னராகத் திகழ்ந்த மகாகவி மோயின் குட்டி வைத்தியரின் மாப்பிளா பாடல்களும் செல்வாக்கானவை.

இந்தக் கட்டுரையை வாசிக்கும்போது, இந்துத்துவாவாதிகள் இசுலாத்தை தட்டையாக ஒரே அடையாளத்தில் அடைக்க விரும்புவது எவ்வளவு செயற்கையானது என்பது விளங்கும்.

மலையாள மொழியில் இல்லாத ஏராளமான பழந்தமிழ்ச் சொற்களும் தனிப்பட்ட உச்சரிப்புகளும் இலக்கண வேறுபாடுகளும் அரபு மலையாளத்தில் உள்ளது.

வானத்து இளம்பிறையும், திரௌபதியம்மன் தாமரைக்குளக் காற்றின் ஈரமும், சூழலை ரம்மியமாக்க, ஒரு மாப்பிளா பாடல் கேட்கலாமே! எனத் தோன்றியது.

ஒவ்வொரு நாளும், வாழ்வின் அறியாத புதிய சுவையை விழைபவன்.

'அழகு ஃபாத்திமா' பாடலை பிறைநாள் எனக்குக் காட்டியது. ஷப்னம் ரஃபீக் எனும் பெண்பாடகர் பாடியிருக்கிறார்.

அரபு மலையாளம் தமிழ் கலந்த பஞ்சாமிர்தப் பாட்டு. மலைநாட்டுத் தேன், தமிழ்நாட்டுத் தேன்கதலி, அரபு தேசத்தின் பேரீச்சம்பழம் பிசைந்த பஞ்சாமிர்தம்.

ஃபாத்திமா — தெய்வீகப் படைப்பு சக்தியின் பூமிக்குரிய சின்னம். இரக்கம், தாராள மனப்பான்மை மற்றும் துன்பத்தைத் தாங்கும் வடிவம். குர்ரானுக்கு முன்பாக முகம்மது நபிக்கும் கதீஜா பிராட்டிக்கும் பிறந்த செல்ல மகள். அவரது புகழ் பாடும் பாடல்.

ஷப்னம் ரஃபீக் லட்சத்தீவை சார்ந்த பாடகர். கல்லையும் கரைய வைக்கும் கானக் குரலழகி. இரவையும் என்னையும் கரைய வைத்தார். பிறைநிலாவும் எங்கள் முற்றத்தின் கற்பூர மல்லிக்குங் கீழ் இறங்கிவந்து 'அழகு பாத்திமாவை' கேட்டது.

இப்பாடல் தமிழில் கிடைக்கிறதா? தேடினேன். கிடைத்தது.

ரியானா ரமீஸ் பாடியிருக்கிறார்.

கேட்கும் இதயத்தை நெகிழ்த்தவும், வாழும் தருணத்தின் பொய்மைகளைக் கண்ணீரால் அழிக்கவும் செய்கிற, இந்த மாப்பிளா பாடல்களை, ஒரு தரம் ஒரே தரம் கேட்டுப்பாருங்கள்.

உங்கள் இரவு அமைதியாகும்.

உங்கள் உறக்கம் இலகுவாகும்.